ഇന്നു ഞാൻ നാളെ നീ

പി.സി റോക്കി

First Published in MAY 1 2024

Published by

KP INTERNATIONAL PUBLICATION

Published in London

113 Oakfield Road

London E61 LN

England.

Mob-0044 7940570677,

+91 9995153455

പി.സി. റോക്കി

ഈസ്റ്റ് ചോരാനല്ലൂരിൽ പുത്തൻകുടി ചാക്കപ്പന്റേയും ഏല്യയുടെയും മകനായി ജനനം. ഹൈസ് കൂൾ വിദ്യാഭ്യാസത്തിനു ശേഷം വെസ്റ്റ് ബംഗാളിൽ വിവിധ എക്സ്പോർട്ടിംങ് കമ്പനികളിൽ സ്റ്റെനോഗ്രാഫറായി സേവനമനുഷ്ഠിച്ചു. അസുഖം മൂലം നാട്ടിലെത്തിയ ശേഷം സർക്കാർ സർവ്വീസിൽ പ്രവേശിച്ചു.

ഇ.എസ്.ഐ ആശുപത്രിയിൽ ജോലി ചെയ്തിരുന്നപ്പോൾ ആശുപത്രി ജീവനക്കാരുടെ സംഘടനയായ ഇൻഷുറൻസ് മെഡിക്കൽ സർവ്വീസ് സ്റ്റാഫ് യൂണിയൻ ജില്ലാ പ്രസിഡന്റായും സർക്കാർ ജീവനക്കാരുടെ സംഘടനയായ ഹാൻഡിക്യാപ്ഡ് എംപ്ലോയീസ് അസോസിയേഷൻ ജില്ലാ പ്രസിഡന്റായും പ്രവർത്തി ച്ചിരുന്നു. കേരള നദീസംരക്ഷണ സമിതി പെരുമ്പാവൂർ മണ്ഡലം പ്രസിഡന്റ് എന്ന നിലയിലും ശോഭിച്ചിരുന്നു.

ഫ്രീലാൻസ് പത്രപ്രവർത്തകനായും കുറേക്കാലം പ്രവർത്തിച്ചു. ആനുകാലികങ്ങളിൽ ലേഖനങ്ങളും കഥകളും എഴുതാറുണ്ട്. പരിസ്ഥിതി, വികലാംഗശബ്ദം, മനുഷ്യാവകാശ സംഘടന, ജോയിന്റ് ക്രിസ്ത്യൻ കൗൺസിൽ എന്നിങ്ങനെ വിവിധ സംഘടനകളിൽ സജീവമായി പ്രവർത്തിക്കുന്നു.

പെൻഷൻ പറ്റിയ ശേഷം മുഴുവൻ സമയ സാമൂഹ്യപ്രവർത്തനങ്ങളിൽ ഏർപ്പെട്ടിരുന്നു. അഴിമതി, അനീതി, അവകാശനീതി നിഷേധങ്ങൾ, വികസനമുരടിപ്പ്,

അന്ധവിശ്വാസങ്ങൾ അനാചാരങ്ങൾ ഇവയ്ക്കെതിരേ നിരന്തര പോരാട്ടങ്ങളിൽ വ്യാപതനാണ്. നിരവധി പൊതുപ്രശ്നങ്ങൾക്കുവേണ്ടി നിരന്തരം സമരം ചെയ്ത് അവയ്ക്കെല്ലാം പരിഹാരങ്ങൾ ഉണ്ടാക്കിയിട്ടുണ്ട്.

അച്ഛാ ദേ മാവേലി (ഹാസ്യകഥകൾ), ദുഃഖമരം (കഥാസമാഹാരം), എന്റെ സാമൂഹ്യ ഇടപെടലുകളുടെ കാണാപ്പുറങ്ങൾ (പരിദേവനങ്ങൾ, പ്രതികരണങ്ങൾ), സ് പെല്ലിംഗ് മിസ്റ്റേക്ക് (കഥാസമാഹാരം), കോഴി കുറുക്കച്ചനെ തോൽപ്പിച്ചകഥ, ക്ലാസ് റൂം ചിരിമുത്തുകൾ (ബാലസാഹിത്യം) എന്നിവ പ്രധാന കൃതികളാണ്.

അവതാരിക

കഥകളിലൂടെ, കവിതകളിലൂടെ എഴുത്തുകാരൻ പറഞ്ഞുവയ്ക്കുന്ന ജീവിത വീക്ഷണങ്ങൾ, രചനാശൈലി, പ്രമേയങ്ങൾ, നിരീക്ഷണങ്ങൾ, സാമൂഹിക പശ്ചാത്തലങ്ങൾ എല്ലാം തന്നെ കഥാകൃത്ത് ജീവിച്ചിരുന്ന കാലത്തെ അടയാളപ്പെടുത്തിയാണ് മുന്നോട്ടു പോകുന്നത്.

സമ്പന്നമായ രചനാ മുഹൂർത്തങ്ങളിലൂടെ വൈകാരിക സന്ദർഭങ്ങളിലൂടെ കഥകൾ മുന്നേറുമ്പോൾ, സമൂഹത്തിൽ നാളെ സംഭവിച്ചേക്കാവുന്ന കാര്യങ്ങൾ പോലും പ്രവചന സ്വഭാവത്തിലൂടെ അവതരിപ്പിക്കാൻ കഥാകാരന് സാധിക്കുന്നു. വായനയെ ഒരു നവ്യമായ അനുഭൂതിയായി മാറ്റാൻ ഇത്തരം എഴുത്തുരീതികൾ സഹായിക്കുന്നുണ്ട്. ഒരു കഥയിലൂടെ വായനക്കാരൻ കടന്നുപോകുമ്പോൾ എവിടെയൊക്കെയോ കണ്ടുമറന്ന മുഖങ്ങളെയും, ജീവിത സാഹചര്യങ്ങളെയും പരസ്പരം ബന്ധിപ്പിക്കാൻ സാധിക്കുന്നിടത്ത് കഥ അനുഭവവേദ്യമായി മാറുന്നതായി തോന്നും.

തീക്ഷ്ണമായ ഹൃദയ വികാരങ്ങളുടെ ആവിഷ് കരണമെന്ന നിലയിൽ മാത്രമല്ല അനുഭവങ്ങളിലെ യാഥാർത്ഥ്യ വിവരണങ്ങൾ കൊണ്ടും, ആഖ്യാനത്തിലെ പുതുമകൾകൊണ്ട് സാധാരണക്കാരന്റെ ഭാഷയിൽ അവതരിപ്പിച്ചിരിക്കുന്ന രചനകൾ വായനക്കാരനെ രസകരമായി മുന്നോട്ടു നയിക്കുന്നു. ഭാവനയും യാഥാർത്ഥ്യവും തമ്മിൽ എത്രത്തോളം ശക്തമായ സാദൃശ്യമാണോ ഉള്ളത്. അത്രത്തോളം തന്നെ കഥ വിജയം വരിക്കുന്നതും ഈ പുസ്തകത്തിൽ കാണാം. പ്രണയവും, വിരഹവും, ദേഷ്യവും, സങ്കടവും, മോഹവും, മോഹഭംഗങ്ങളും എല്ലാം മനുഷ്യന് എല്ലാ കാലത്തും എല്ലാ ദേശത്തും ചില ഏറ്റക്കുറച്ചിലുകളോടെ അനുഭവവേദ്യമാകുമെങ്കിലും എല്ലാം ഒരുപോലെ തന്നെയാണ്. എന്നാൽ അതിനെ വായനക്കാരിലേക്ക് കൃത്യതയോടെയും സൂക്ഷ്മതയോടെയും കൂടി പ്രസരിപ്പിക്കാൻ കഴിയുമ്പോൾ രചനകൾ കാലാതീതമാകുകയും, മികച്ചതാവുകയും ചെയ്യുന്നു എന്നതാണ് സത്യം.

ഭാരതത്തിന്റെ ചില ഭാഗങ്ങളിൽ വർഷങ്ങളോളം ജോലി ചെയ്ത്, വ്യത്യസ്തമായ ജീവിതസാഹചര്യങ്ങളിലൂടെ കടന്നുപോയ അനുഭവസമ്പത്തുമായി ശ്രീ. പി.സി റോക്കി എന്ന എഴുത്തുകാരൻ തന്റെ ജീവിതകാലം മുഴുവനും സമൂഹത്തിന്റെ നന്മയ്ക്കായി മാറ്റിവച്ച വ്യക്തിയാണ്. കടന്നുവന്ന വഴികളെ വ്യക്തമായി അടയാളപ്പെടുത്തിക്കൊണ്ടാണ് അദ്ദേഹം സമൂഹത്തോടൊപ്പം നടന്ന് നീങ്ങുന്നത്. റോക്കിയുടെ കഥകൾ ഓരോന്നും അനുഭവങ്ങളുടെ ഒരു വർണ്ണ പ്രപഞ്ചമാണ് നമുക്ക് മുന്നിലും മനസ്സിലും തുറന്നു തരുന്നത്. ജനിച്ചു വളർന്ന തന്റെ ഇടങ്ങളിലൂടെയുള്ള സർഗ്ഗാത്മകമായ ഈ സഞ്ചാരത്തിൽ നമുക്ക് നമ്മെത്തന്നെ തിരിച്ചറിയാനും, കൈമോശം വന്ന പലതിനെയും തിരിച്ചു പിടിയ്ക്കാനും സാധിക്കുന്നുണ്ട്.

തന്റെ യൗവ്വനകാലത്തെ കഥകളിലൂടെ പുനരാവിഷ് കരിക്കുന്ന ശ്രീ. പി.സി റോക്കി, അക്കാലത്തെ ചെറുപ്പക്കാർ അഭിമുഖീകരിച്ചിരുന്ന വലിയ പ്രശ്നങ്ങളായ വിശപ്പ്, ദാരിദ്ര്യം, അരക്ഷിതാവസ്ഥ, തൊഴിലില്ലായ്മ ഇത്തരം അനീതികളോട് പടവെട്ടുന്നത് നമുക്ക് ഇതിൽ കാണാനാകും. സർക്കാർ ഓഫീസുകളിൽ നടമാടുന്ന അഴിമതി, കൈക്കൂലി, സ്വജനപക്ഷപാതം, മെല്ലെപോക്ക് ഇത്തരത്തിലുള്ള എല്ലാ കൊള്ളരുതായ്മകളും എഴുത്തുകാരന്റെ കഥയ്ക്ക് വിഷയമാകുന്നുണ്ട്. രാഷ്ട്രീയക്കാരന്റെ കപടതയും, ഭക്തിയുടെ മറവിൽ നടത്തുന്ന ചൂഷണവും, ചില പോലീസുകാരുടെ ഗുണ്ടായിസവും എല്ലാം കഥകൾക്ക് വിഷയമാകുന്നുണ്ട്.

ഈ കഥകളിലൂടെയൊക്കെ കടന്നുപോകുന്ന വായനക്കാരന് ഇതിൽ സ്വന്തം ആത്മാംശം കണ്ടെത്താൻ സാധിക്കുന്നു എന്നത് ഓരോ കഥകളെയും മികവുറ്റതാക്കുന്നു. നിരവധി രചനകൾ നടത്തിയിട്ടുള്ള കഥാകാരന്റെ പുതിയ പുസ്തകമാണ് "ഇന്നു ഞാൻ നാളെ നീ" എന്ന കഥാസമാഹാരം.

അധികാരത്തിന്റെ പുറം മോടിയിൽ സാധാരണക്കാരനെ വെറും തൃണമായി കണക്കാക്കുന്ന ഭരണവർഗ്ഗത്തെ തുറന്നു കാട്ടുന്നവയാണ് ഈ സമാഹാരത്തിലേറെയും. കപട രാഷ്ട്രീയ സമവാക്യങ്ങളിലൂടെ, എതിർക്കുന്നവരെ ഏതു വിധേനയും നിശ്ശബ്ദരാക്കുന്ന അഴിമതി വീരന്മാരെയും അവർക്കെതിരെ

ശബ്ദമുയർത്തിയതിനാൽ അനുഭവിക്കേണ്ടിവന്ന യാതനകളെയും സാധാരണക്കാരിലെത്തിക്കുക എന്ന വലിയ ദൗത്യം ഈ കഥകളിലൂടെ എഴുത്തുകാരൻ നിർവ്വഹിക്കുന്നുണ്ട്. ഗ്രാമീണ മക്കളെ തുറന്നു കാട്ടുന്നതിനോടൊപ്പം തന്നെ സാധാരണക്കാരായ ജനങ്ങൾ കുശുമ്പും, കുരുട്ടു ബുദ്ധിയുമുള്ളവരുമാകുന്നതെങ്ങനെ എന്നും അദ്ദേഹം പറഞ്ഞു തരുന്നു. ഇവയിൽ ഓരോന്നും വ്യത്യസ്തമായ ജീവിതാനുഭവങ്ങളാണ് പങ്കുവയ്ക്കുന്നത്. നെഞ്ചിലൊരു നൊമ്പരത്തോടെ മാത്രമേ ഇവ നമുക്ക് മുഴുമിപ്പിക്കാൻ സാധിക്കുകയുള്ളൂ.

നമ്മൾ ജീവിക്കുന്ന സമൂഹത്തിലെ അവകാശ നീതി നിഷേധങ്ങൾക്കെതിരെ, അനീതികൾക്കെതിരെ തന്റെ തൂലിക പടവാളാക്കി എഴുത്തുകാരൻ എന്നും നമുക്കൊപ്പമുണ്ടാകട്ടെ എന്നാശിക്കുന്നു. താൻ ഇവിടെ ജീവിച്ചിരുന്നു എന്നതിന്റെ അടയാളങ്ങൾ ഓരോ വായനക്കാരനിലും അവശേഷിപ്പിച്ചുകൊണ്ട് വായനക്കാരനൊപ്പം കഥാകൃത്ത് സഞ്ചരിക്കുന്നു.

'ഇന്നു ഞാൻ നാളെ നീ' എന്ന ശീർഷക കഥ വലിയ മാനങ്ങൾ ഉൾക്കൊള്ളുന്ന രചനയായി വായനക്കാരന്റെ ഉള്ള് പൊള്ളിക്കുന്നു. വാർദ്ധക്യത്തിലെത്തുന്നവർ തങ്ങൾക്ക് അർഹതപ്പെട്ട ആനുകൂല്യങ്ങൾ പോലും നിഷേധിക്കപ്പെടുമ്പോൾ, നീതിയും, നിയമവും നോക്കുകുത്തികളാകുന്ന സമൂഹത്തിൽ ശബ്ദമുയർത്താൻ പോലും യോഗ്യതയില്ലാത്തവരായി ജീവിക്കേണ്ടി വരുന്ന ഹതഭാഗ്യവന്മാരുടെ ദുരവസ്ഥയാണ് ഈ കഥ തുറന്നു കാണിക്കുന്നത്.

ഇന്തപ്പുറം വാരപ്പാ, കൽക്കട്ടയിലെ നിശാക്ലുബിൽ എന്നീ കഥകൾ പ്രവാസ കാലത്തെ തന്റെ ജീവിതത്തിൽ ഭാഷയും മറ്റ് സംസ്കാരങ്ങളും തന്റെ ജീവിതത്തെ സ്വാധീനിച്ച അവസരങ്ങളെ ഓർത്തു കൊണ്ടെഴുതിയവയാണ്. പോക്കുവരത്തിന്റെ രസകരമായ പിന്നാമ്പുറങ്ങൾ സർക്കാരാഫീസിലെ കെടുകാര്യസ്ഥത വെളിച്ചത്തു കൊണ്ടുവരുന്നു. ഗുട്ടൻസ് കവല എന്ന കഥ ഗ്രാമീണ

മേഖലയിലെ രസകരമായ സ്ഥലനാമങ്ങളുടെ
പിന്നാമ്പുറങ്ങളിലേക്ക് നമ്മളെ കൂട്ടിക്കൊണ്ട് പോകുന്നു.

ഇത്തരത്തിൽ സമാഹാരത്തിലെ എല്ലാ കഥകളും
ചിന്തനീയമാണ്. സമൂഹത്തിലെ വെല്ലുവിളികളെ നേരിടാൻ
തന്റെ ചെറുപ്പകാലം മുതൽ ഇന്നുവരെ പി.സി റോക്കി എന്ന
കഥാകാരൻ എടുത്തിട്ടുള്ള പരിശ്രമങ്ങൾ പുതിയ തലമുറയ്ക്ക്
പരിചയപ്പെടുത്താൻ ഈ കൃതിക്ക് കഴിഞ്ഞിട്ടുണ്ട്. അലസത
വെടിഞ്ഞ് സമൂഹ നന്മയ്ക്കായി ജാഗ്രതയോടെ, പ്രതികരിക്കുന്ന
ഒരു തലമുറയെ സ്വപ്നം കാണുന്ന എഴുത്തുകാരൻ
അപരിചിതമായ പഴയകാലത്തെക്കൂടി പുതിയ വായനക്കാർക്ക്
പരിചയപ്പെടുത്തുന്നു.

ഇനിയുമിനിയും വായനക്കാരനൊപ്പം,
പ്രതികരണശേഷിയുള്ള വരികളുമായി സഞ്ചരിക്കാൻ
റോക്കിക്കും അദ്ദേഹത്തിന്റെ രചനകൾക്കും സാധിക്കട്ടെ
എന്നാശംസിക്കുന്നു. 'ഇന്ന് ഞാൻ നാളെ നീ' എന്ന
ഓർമ്മപ്പെടുത്തൽ വായനക്കാരനെ ജാഗരൂകരായി ഒരു
നാളെയ്ക്കായി പരുവപ്പെടുത്തട്ടെ. പുസ്തകം നല്ലപോലെ
വായിക്കപ്പെട്ട് പോകട്ടെ എന്നാശംസിക്കുന്നു.

ആമുഖം

പുണ്യനദിയായ പെരിയാറിന്റെ തീരത്ത് പ്രകൃതി സുന്ദരമായ ഒരു കൊച്ചു ഗ്രാമം ഈസ്റ്റ് ചേരാനല്ലൂർ. ഇവിടെയാണ് എന്റെ ജനനം. കുടിവെള്ള ശ്രോതസ്സുകളായ തുറകളും അവയോട് ചേർന്ന കൈത്തോടുകളും പച്ച നിറഞ്ഞ നെൽപാടങ്ങളും എന്റെ ഗ്രാമത്തെ ഒരു സുന്ദരിയാക്കിയിരുന്നു. ഇന്നതെല്ലാം വെറും സ്വപ്നങ്ങളായി മാറിയിരിക്കുന്നു.

ഏറെ പട്ടിണിയും ദാരിദ്ര്യവും നിറഞ്ഞ ബാല്യകാലവും സ്കൂൾ വിദ്യാഭ്യാസകാലവും ഇന്നും ഒരു കനലായി എരിഞ്ഞ് മനസ്സിൽ നിറഞ്ഞു നില്ക്കുകയാണ്.

ചേരാനല്ലൂർ സെന്റ് സേവ്യേഴ്സ് പള്ളി എൽ.പി സ് കൂളിലെ പഠനത്തിന് ശേഷം തുടർ പഠനത്തിന് മലയാറ്റൂർ സെന്റ്. തോമസ് യു.പി സ്കൂളിൽ ചേർന്നു. ഈ സ്കൂളിൽ നടന്നിരുന്ന കന്യാസ്ത്രീകളുടെ നിർബന്ധിത മതം പഠിപ്പിക്കൽ, അദ്ധ്യാപകരുടെ ക്രൂരമായ ശിക്ഷണരീതികൾ ഇവ എന്നേയും സഹപാഠികളെയും ഏറെ വേദനിപ്പിച്ചിരുന്നു. സഹപാഠികളിൽ പലർക്കും ഇതുമൂലം ഇടയ്ക്ക് വച്ച് പഠനം നിറുത്തേണ്ടി വന്നു. എന്റെ ബാലമനസ്സ് അതിനെയെല്ലാം അതിജീവിച്ച് അതൊക്കെ തൃണവൽ ഗണിച്ച് പഠനം തുടരുക തന്നെ ചെയ്തു.

ഏഴാം സ്റ്റാന്റേർഡിൽ നിന്നും ജയിച്ചതോടെ ഞാൻ മൂന്ന് കിലോമീറ്ററോളം ദൂരമുള്ള കൂവപ്പടി ഗണപതി വിലാസം ഹൈസ് ക്കൂളിൽ ചേർന്നു. ഇവിടെ എത്തിയതോടെ എന്നിൽ ഒരു നവോന്മേഷവും ധൈര്യവും പ്രതികരണശേഷിയും വളർന്നു പന്തലിച്ചു.

ഈ സ്കൂളിന്റെ മാനേജർ ഒരു ബ്രാഹ്മണനായിരുന്നു. വിദ്യാർത്ഥി, വിദ്യാർത്ഥിനികളും ഭൂരിഭാഗവും ബ്രാഹ് മണരായിരുന്നു. അവരെല്ലാം പഠനത്തിൽ അഗ്രഗണ്യരായിരുന്നു എന്ന് പറയാതെ വയ്യ. അന്തരിച്ച പ്രമുഖ പരിസ്ഥിതി പ്രവർത്തകനും കാലടി ശ്രീശങ്കര കോളേജിലെ പ്രൊഫസറുമായിരുന്ന ഡോ. സീതാരാമൻ എന്റെ തൊട്ട് മുൻപിലെ സീറ്റിലിരുന്നാണ് പഠിച്ചിരുന്നത്. ഇതേപോലെ അവരിൽ പലരും പിന്നീട് സമൂഹത്തിന്റെ ഉന്നത നിലകളിൽ

എത്തിപ്പെട്ടതായി അറിയുന്നു. അന്ന് ഞങ്ങൾ പല വികൃതികളും ക്ലാസിൽ കാട്ടിക്കൂട്ടിയിരുന്നു.

എനിക്കും പഠിച്ച് ഉന്നത നിലയിലെത്തണമെന്ന മോഹം മനസ്സിലുദിച്ചു. ദിവസേന ന്യൂസ് പേപ്പർ വായിക്കണമെന്ന അദ്ധ്യാപകരുടെ ഉപദേശം സ്വീകരിച്ച് അടുത്ത വീട്ടിലെ മനോരമ പേപ്പർ വായിക്കാനാരംഭിച്ചു. അന്ന് ഭരണഭാഷ ഇംഗ്ലീഷായിരുന്നു. മനോരമയിലെ പത്രാധിപർക്കുള്ള കത്തിൽ ഭരണഭാഷ മലയാളമാക്കണമെന്ന് ഞാൻ ഒരു കത്ത് ഇൻലന്റിൽ എഴുതി പത്രാധിപർക്കയച്ചു. അത് പ്രസിദ്ധീകരിക്കപ്പെട്ടു. മനോരമയെ മറക്കാൻ ഇന്നും എനിക്ക് കഴിയുന്നില്ല. ഇന്നും മനോരമ എനിക്ക് പ്രചോദനമേകിക്കൊണ്ടിരിക്കുന്നു.

സ്കൂളിലെ കയ്യെഴുത്ത് മാസികയിൽ ഒരു കുറ്റാന്വേഷണ കഥയും എഴുതിയിരുന്നു. ഇതിനിടെ എന്റെ ശ്രദ്ധ കൂടുതലും ശ്രീ. മുട്ടത്ത് വർക്കി, പൊൻകുന്നം വർക്കി ഇവരുടെ കഥകളും ഡിറ്റക്ടീവ് കഥകളും വായനയിൽ എത്തി. ജീവിതായോധന വീഥിയിലെ പടയോട്ടത്തിൽ മല്ലിടാൻ പിന്നീട് പല പല തൊഴിലുകളിലും ഏർപ്പെടേണ്ടി വന്നതിനാൽ ഇടയ്ക്ക് വായനക്ക് ബ്രേക്കിട ലുകളുണ്ടായി.

അതിനിടെ പെരുമ്പാവൂരിൽ നിന്നും പ്രസിദ്ധീകരിച്ചിരുന്ന സേനാനി, വാസ്തവം, ന്യൂസ് പ്ലസ്, വാർത്താദർശനം എന്നീ സായാഹ്ന പത്രങ്ങളിൽ പലതിലും ശ്രദ്ധേയമായ വാർത്തകൾ എഴുതി. പെരുമ്പാവൂരിൽ നിന്നും പ്രസിദ്ധീകരിച്ചിരുന്ന സേനാനി സായാഹ്നപത്രത്തിന്റെ ലേഖകനായി പ്രവർത്തിച്ചിരുന്നു.

ഞാനന്ന് എഴുതിയ "വെയ്ക്കാത്ത വാഴക്ക് ലക്ഷങ്ങൾ തട്ടി" എന്ന വാർത്തയും "കായ്ക്കുന്ന തെങ്ങിന് വേര് ചീയലിന്റെ നഷ്ടപരിഹാരം" എന്നിവ നിയമസഭയിൽ വൻ ഒച്ചപ്പാടിന് ഇടവരുത്തിയിരുന്നു. അങ്കമാലിയിൽ നിന്നും പ്രസിദ്ധീകരിച്ചിരുന്ന സ്ട്രീറ്റ് ലൈറ്റ് മാസികയുടെ കാലടി ലേഖകനായി പ്രവർത്തിച്ചപ്പോൾ റേഷൻ അഴിമതികൾ, വികലാംഗരുടെ പേരിലെ തട്ടിപ്പുകൾ, മലയാറ്റൂർ സെന്റ് തോമസ് യു.പി സ്കൂളിലെ വിദ്യാർത്ഥികൾ നേരിട്ട പീഡന പരാതികൾ ഇവയൊക്കെ കോളിളക്കം സൃഷ്ടിച്ചവയായിരുന്നു. മലയാള

മനോരമ, മംഗളം, മാതൃഭൂമി, ദീപിക, മാധ്യമം, കൗമുദി ഫ്ളാഷ് ഇവയിലും ധാരാളം വാർത്തകൾ എഴുതിയിരുന്നു.

പിന്നീട് മനോരമ, മംഗളം ഇങ്ങിനെ പല വീക്കിലികളും വായിക്കാനാരംഭിച്ചു. അതിലെ ചില കഥകൾ വായിച്ചപ്പോൾ ലേഖനങ്ങളും വാർത്തകളും മാത്രം എഴുതാതെ കഥകളിലേക്ക് തിരിയാമെന്ന് തീരുമാനിച്ചു. പല മാസികകളിലും കഥകൾ പ്രസിദ്ധീകരിച്ചത് എനിക്ക് ആവേശം പകർന്നു.

എന്റെ വളർച്ചക്കിടയിൽ കൂടുതൽ കഥകൾ പ്രസിദ്ധീകരിച്ചത് അക്ഷരദീപം മാസികയാണെന്നത് എന്നെ കൃതാർത്ഥ്യനാക്കുന്നു.

ഒരു മുഴുവൻ സമയ സാമൂഹ്യപ്രവർത്തകനും, പരിസ്ഥിതി പ്രവർത്തകനും, വിവിധ സംഘടനകളുടെ ഭാരവാഹിയും ആയതോടെ സമൂഹത്തിൽ ജനം സർക്കാർ ഉദ്യോഗസ്ഥരിൽ നിന്നും നേരിടുന്ന വേദനാജനകമായ അനുഭവങ്ങൾ, അവകാശ നീതി നിഷേധങ്ങൾ, പ്രതികാരങ്ങൾ, വിവേചനങ്ങൾ ഇവയെപ്പറ്റിയൊക്കെ എഴുതുവാൻ തീരുമാനിക്കുകയായിരുന്നു. അത് എത്രത്തോളം വിജയിച്ചു എന്ന് വായനക്കാർ തീരുമാനിക്കട്ടെ.

അതിനിടെ ഒക്കലിലെ പ്രമുഖ ബാലസാഹിത്യകാരനും നിരവധി അവാർഡുകൾ കരസ്ഥമാക്കിയ എഴുത്തുകാരനും കൂടിയായ ശ്രീ. സത്യൻ താന്നിപ്പുഴ എന്നോട് ബാലസാഹിത്യ കഥകളും എഴുതുവാൻ ഉപദേശിച്ചു. അതോടെ കോഴി കുറുക്കച്ചനെ തോൽപ്പിച്ച കഥ കോഴിക്കോട് ലിപി പബ്ലിക്കേഷൻസിൽ നിന്നും പ്രസിദ്ധീകരിച്ചു. പിശുക്കനും മുട്ടക്കോഴിയും, ക്ലാസ് റൂം, ചിരി മുത്തുകൾ ഇവ ഉടൻ ലിപിയിൽ നിന്നും പുറത്തിറങ്ങും.

ഉള്ളടക്കം

1.ഇന്തപ്പുറം വാരപ്പാ 13

2. ഞാൻ കല്ക്കട്ടയിലെ നിശാക്ലബ്ബിൽ 17

3. എനിക്ക് പറ്റിയ അമളി 23

4.ഗുട്ടൻസ് കവല 28

5. ഒരു കള്ളകുമ്പസാരം 32

6. രസകരമായ ഒരു ആശുപത്രി കഥ....................37

7. എന്നെ ജീവിക്കാൻ അനുവദിക്കൂ..... 42

8. കള്ളന് കഞ്ഞിവച്ച കള്ളൻ രാമൻ 46

9. ഒരു വാണം വിടൽ വരുത്തിയ വിനകൾ.........50

10. ഔസേപ്പിന്റെ കുരുട്ടുബുദ്ധി....................55

11. ഒരു പോക്ക് വരത്തിന്റെ രസകരമായ പിന്നാമ്പുറങ്ങൾ
....58

12. ഒരു പോസ്റ്റൽ വുമണിന്റെ വികൃതി....................63

13. ഇന്നു ഞാൻ നാളെ നീ 68

14. ഭാവി തകർത്ത ബാല്യകാല സുഹൃത്ത്........76

15. ബൈ ദ ബൈ 81

1.ഇന്തപ്പുറം വാരപ്പാ

ആകാശം തൊട്ടു തൊട്ടില്ലാ എന്ന് തോന്നും വിധമുള്ള അംബരചുംബികളായ ഗോപുരങ്ങളുടേയും, വ്യവസായങ്ങളുടേയും കേന്ദ്രമായ ബംഗാളികളുടെ നാടായ കൽക്കട്ടാ നഗരം. നിര നിരയായി നീങ്ങുന്ന ഉറുമ്പിൻ കൂട്ടങ്ങളെപ്പോലെ ഇഴഞ്ഞ് നീങ്ങുന്ന വാഹനങ്ങളുടെ നീണ്ട നിരകൾ. വർഷങ്ങൾക്ക് മുൻപ് മലയാളികളായ കേരളീയരുടെ പറുദീസയായിരുന്നിവിടം.

എസ്.എസ്.എൽ.സി. പാസായാൽ ഉടനെ ടൈപ്പും ഷോർട്ട്ഹാന്റും പഠിച്ച് കൽക്കട്ടയിലെത്തിയാൽ ജോലി ഉറപ്പായിരുന്നു അന്ന്. ടൈപ്പിസ്റ്റ്, സ്റ്റെനോഗ്രാഫർ തസ്തികകളിൽ ജോലി ചെയ്തിരുന്നവർ അഞ്ചോ, ആറോ വർഷം പിന്നിടുന്നതോടെ അതേ കമ്പനിയിലെ ഓഫീസർമാരും, മാനേജർമാരുമായി പ്രമോഷൻ കിട്ടി ഉന്നതനിലയിലെത്തിയിരുന്നു.

ഞാനും അങ്ങിനെ ജോലിക്കു വേണ്ടി ടൈപ്പും ഷോർട്ട്ഹാന്റും പഠിച്ച് കൽക്കട്ടാ എന്ന മഹാനഗരത്തിലെത്തി. നാട്ടുകാരനായ ലീവിന് വന്നിരുന്ന ആളുടെ കൂടെയാണ് എത്തിയത്. രണ്ടു, മൂന്ന് ദിവസം റസ്റ്റ് എടുത്തശേഷം ജോലിക്ക് വേണ്ടിയുള്ള എന്റെ തീർത്ഥാടനം ആരംഭിച്ചു. താമസസ്ഥലം അറിയാൻ സ്ട്രീറ്റിന്റെ പേര് എഴുതിയതും സ്ഥലത്തിന്റെ മാപ്പും വരച്ച് കയ്യിൽ സൂക്ഷിച്ചിട്ടായിരുന്നു എന്റെ യാത്ര. അല്ലെങ്കിൽ വഴി തെറ്റുമായിരുന്നു. ഓരോ കമ്പനിയിലും കയറി

"ഈസ് ഹിയർ എനി വേക്കൻസി ഓഫ് സ്റ്റെനോ ഓർ ടൈപ്പിസ്റ്റ്"

എന്ന രക്ഷാവാക്യം കാണാപാഠം പഠിച്ചിട്ടായിരുന്നു കയറിയിറങ്ങൽ.

വൈകാതെ എന്റെ ഭാഗ്യം തെളിഞ്ഞു. ഹൗറ പാലത്തിന് തൊട്ടരികെ ഉള്ള ക്യാനിങ് സ്ട്രീറ്റിലെ ലൈൻ കെട്ടിടങ്ങളിലൊന്നിൽ സ്ഥിതിചെയ്യുന്ന ഒരു ബാൾ ബിയറിങ് കമ്പനിയിൽ ടൈപ്പിസ്റ്റായി ഞാൻ ജോലിയിൽ കയറിക്കൂടി. തുച്ഛമായ ശമ്പളം, കഠിനമായ ജോലി ഇതായിരുന്നവിടുത്തെ അവസ്ഥ. ആറുമാസം പിന്നിട്ടതോടെ ഞാനാ കമ്പനിയോട് ടാറ്റാ പറഞ്ഞ് പിരിഞ്ഞു. പിന്നെ ഡൽഹൗസി സ്ക്വയറിലെ ഗവൺമെന്റ് സെക്രട്ടറിയേറ്റിനെതിർവശത്തുള്ള ഈഗിൾഹൗസ് കെട്ടിടത്തിൽ ഒരു പ്രമുഖ എക്സ്പോർട്ടിങ് കമ്പനിയിൽ സ്റ്റെനോ ആയി. മലയാളി മാനേജർ, മലയാളികളും സഹൃദയരുമായ കൂട്ടുകാർ, നല്ല ശമ്പളം ഇവയെല്ലാം എന്നെ സന്തുഷ്ടനാക്കി.

അതോടെ കൽക്കട്ടയിലെ രാഷ്ബെഹാരി റോഡിൽ ഏറ്റവും വൃത്തിയുള്ള മെയിൻ റോഡിനോട് ചേർന്ന ഒരു മൂന്ന് നിലകെട്ടിടത്തിലായി പിന്നത്തെതാമസം. സ്നേഹസമ്പന്നരായ കൂട്ടുകാർ എനിക്ക് പ്രചോദനമായിരുന്നു. താഴത്തെ നിലയിൽ ഒരു പാലക്കാട്ടുകാരൻ പട്ടരും, കുടുംബവും. സെക്കന്റ്ഫ്ളോറിൽ ഞങ്ങൾ തേർഡ് ഫ്ളോറിൽ ബംഗാളിയായ ലാന്റ്ലോർഡും കുടുംബവും. ഗ്രൗണ്ട്ഫ്ളോറിലെ പട്ടർ രാവിലെ ഏഴോടെ ജോലിക്ക് പോകും. ഭാര്യ മദാമ്മയെപ്പോലെ വെളുത്ത സുന്ദരിയായ തയ്യൽക്കാരി. പട്ടരേക്കാൾ ഏകദേശം ഒരിരുപത് വയസ് എങ്കിലും പ്രായം കുറഞ്ഞ ശൃംഗാരി. ഇവർക്ക് രാമൻ എന്ന് പേരുള്ള അഞ്ചുവയസ്സുകാരനും, കുസൃതികുട്ടനുമായ കൊച്ചു കുട്ടി പട്ടർ.

പട്ടത്തി മലയാളവും, തമിഴും ലളിതമായി തുരുതുരെ സംസാരിച്ചിരുന്നു. ഞങ്ങൾ മൂന്ന് യുവമിഥുനങ്ങൾ ഇടക്കിടെ പട്ടത്തിയുമായി കുശലം പറച്ചിലും, ശൃംഗരിക്കലും തുടങ്ങി. കൂട്ടുകാർ ഇവരോട് സംസാരിക്കുന്നത് പതിവായയതോടെ ഒഴിവു സമയങ്ങളിൽ ഞാനും ഇവരോട് അടുത്തു തുടങ്ങി. കുട്ടിപട്ടരോട് ഇവർ തമിഴിലാണ് സംസാരിച്ചിരുന്നത്. അത് കേട്ടുതുടങ്ങിയതോടെ എനിക്കും തമിഴ് പഠിക്കണമെന്ന് അതിമോഹം മനസ്സിലുദിച്ചു.

അല്ലമൊക്കെ ബംഗാളി ഭാഷ പുറത്തുവച്ച് കേട്ട് പഠിച്ചിരുന്നു. തമിഴും പഠിച്ചേക്കാമെന്ന് തീരുമാനിച്ച് ഞാൻ ഇടക്കിടെ ഇവരുമായി സംസാരം തുടങ്ങി. അന്ന് ഞാൻ യുവത്വത്തിലേക്ക് പിച്ച വച്ചു തുടങ്ങുന്ന കാലമായിരുന്നതിനാൽ സ്ത്രീകളോട് സംസാരിക്കുവാൻ നാണവും, ഭയവുമായിരുന്നെങ്കിലും കൂട്ടുകാരുടെ സംസാരം എനിക്ക് ധൈര്യം പകർന്നു. യുവത്വത്തിന്റെ ഒരു ആകർഷണവും മെല്ലെ മെല്ലെ എന്നിലുദിച്ചു. അധികം വൈകാതെ

"തമ്പി ഉൻ പേരെന്നാ, എന്ന പക്കത്തിലെ നീ പഠിക്കറുത്
"

എന്നൊക്കെ ചോദിച്ച് ഞാൻ തമിഴ് ഭാഷയുടെ ബാലപാഠങ്ങൾ കൈവശമാക്കി.

ചില ഹോളിഡേകളിൽ ഞങ്ങൾ റൂമിലിരിക്കുമ്പോൾ

"നീ റൂമിൽ വാങ്കോ രാമാ"

എന്ന് വിളിച്ച് കുഞ്ഞിപട്ടരെ ഞങ്ങൾ റൂമിൽ ക്ഷണിച്ചുവരുത്തിയിരുന്നു. രാമനെ കാണാതാകുമ്പോൾ പട്ടത്തി

"രാമാ നീ മുകളിൽ ഇറിക്കറ്റാ കീളെ വന്ന് കൂപ്പിട് അപ്പാ" എന്ന് പറഞ്ഞ് പട്ടത്തി വിളിക്കുമ്പോൾ എന്തോ അവർ ഞങ്ങളുടെ റൂമിലേക്ക് വരാറില്ലായിരുന്നു.

ഒഴിവു ദിവസം ഞങ്ങൾ തൊട്ടരികത്തുളള കൽക്കട്ടയിലെ പ്രസിദ്ധമായ കാളിക്ഷേത്രം സന്ദർശിച്ചിരുന്നു. ക്ഷേത്രത്തിൽ കത്തോലിക്കരായ, ഞങ്ങൾ പ്രവേശിച്ചു കഴിഞ്ഞാൽ ഞങ്ങളുടെ പേരുമാറ്റി കൃഷ്ണൻ, ഗോപാലൻ, മൂർത്തി എന്നാണ് സംബോധന ചെയ്തിരുന്നത്.

ഹിന്ദുക്കൾക്ക് അന്ന് ക്ഷേത്രങ്ങളിൽ പ്രവേശനമുണ്ടായിരുന്നില്ലാ. ഞങ്ങൾ താമസിച്ചിരുന്നതിനെതിർവശത്തായിരുന്നു സുന്ദരമായ ലേക്ക് ലൈൻ റോഡ്. ഇവിടെ വലിയൊരു തടാകം ഉണ്ടായിരുന്നതിനാലാണ് ഈ റോഡിന് ലേക്ക് ലൈൻ റോഡ് എന്ന് പേരുണ്ടായത്. മലയാളി സമാജം ഓഫീസും ഇവിടെ

പ്രവർത്തിച്ചിരുന്നു. ഒരു പാലക്കാടൻ പട്ടരായിരുന്ന അമ്പി അയ്യരുടെ മലയാളി ഹോട്ടൽ ഏറെ പ്രസിദ്ധമായിരുന്നു. ഇവിടെ നിന്നായിരുന്നു ഞങ്ങൾ ഭക്ഷണം കഴിച്ചിരുന്നത്. അമ്പി അയ്യരുടെ ഹോട്ടലിലെ ജോലിക്കാരെല്ലാം തമിഴരായിരുന്നു. അവരെ സോപ്പിട്ട് കുശലം പറഞ്ഞാൽ റേഷൻ ആഹാരം അല്പം കൂടുതൽ കിട്ടാനുമൊക്കെ തമിഴിൽ പേശണമായിരുന്നതിനാൽ കൂടിയാണ് ഞാൻ തമിഴ് പഠിക്കാൻ ആരംഭിച്ചത്.

ഒരു ദിവസം പതിവുപോലെ കൂട്ടുകാരൊക്കെ ജോലിക്ക് പോയതോടെ ഞാൻ റൂമിൽ ഒറ്റയ്ക്കായി. വിരസത അകറ്റാൻ ഞാൻ താഴെ ഇറങ്ങി കുട്ടി പട്ടരുടെ മുറിയുടെ അടുത്തെത്തിയിട്ട്

"രാമാ ഇന്തപ്പുറം വാരപ്പാ"

ഇത് കേട്ടയുടനെ അല്പം അകലെയിരുന്ന് തയ്ച്ചുകൊണ്ടിരുന്ന പട്ടത്തി

"എടാ റോക്കി അറിയാൻ പാടില്ലെങ്കിൽ മലയാളത്തിൽ പറഞ്ഞാൽ പോരെ. ഇന്തപ്പുറം വാരപ്പാ എന്ന് പറഞ്ഞാൽ എന്താണതിന്റെ അർത്ഥം എന്ന് നിനക്ക് അറിയാമോടാ മണ്ടച്ചാരേ"

"സോറി ഇല്ലാ മാഠം"

"ഇവിടെയൊക്കെ അടിച്ചു വാരടാ എന്നാ അതിന്റെ അർത്ഥം. ഇവിടെ വാ രാമാ എന്നാണ് നീ ഉദ്ദേശിച്ചതെങ്കിൽ ഇന്ത പക്കം വാരപ്പാ എന്നാണ് പറയേണ്ടത്. മേലിൽ അറിയാൻ പാടില്ലാത്ത ഭാഷ ഉപയോഗിക്കാതിരിക്കുന്നതാണ് നല്ലത്. തെരിഞ്ചിട്ടാ"

" പ്രായിശ്ചിത്തം എന്ന വണ്ണം ഞാൻ പറഞ്ഞു.

"തെരിഞ്ചിട്ടേൻ, തെരിഞ്ചിട്ടേൻ, തെരിഞ്ചിട്ടേൻ"

അന്നത്തോടെ ഞാൻ തമിഴ്ഭാഷ പഠിക്കാനുള്ള ശ്രമം അവിടെ വച്ചു തന്നെ ഉപേക്ഷിച്ചു.

2. ഞാൻ കല്‍ക്കട്ടയിലെ നിശാക്ലബ്ബില്‍

ബംഗാളിന്റെ തലസ്ഥാനമായ കല്‍ക്കട്ടാ മഹാനഗരത്തില്‍ എത്തിയിട്ട് രണ്ടു വര്‍ഷം പിന്നിട്ടിരിക്കുന്നു. ഒരു ജോലി തേടി ഇവിടെ ചേക്കേറിയതാണ് മുഴു പട്ടിണിയില്‍ നിന്നും രക്ഷപ്പെടാന്‍ കൂടി.

അതിനിടെ മൂന്നോ, നാലോ കമ്പനികളില്‍ മാറി മാറി ടൈപ്പിസ്റ്റായും, സ്റ്റെനോ ആയും ജോലി ചെയ്തു. വൈകാതെ ഗവണ്‍മെന്റ് സെക്രട്ടറിയേറ്റിനടുത്തുള്ള ഒരു പ്രമുഖ എക്സ് പോര്‍ട്ടിങ് കമ്പനിയില്‍ കയറി പറ്റാന്‍ ഭാഗ്യം ലഭിച്ചു. മുന്തിയ ശമ്പളം, നല്ല അന്തരീക്ഷം ഇവയൊക്കെ സന്തോഷത്തിനും, സമാധാനത്തിനും ഇട വരുത്തി.

എന്നാല്‍ ആറുദിവസം തുടര്‍ച്ചയായുള്ള തിക്കിലും, തിരക്കിലുംപെട്ടുള്ള ദുരിതപൂര്‍ണ്ണമായ ബസ് യാത്രയും, വിശ്രമമില്ലായ്മയും എന്നെ ഏറെ അലട്ടിയിരുന്നു. മുഷിപ്പുകറ്റാന്‍ ഒഴിവുദിവസങ്ങളില്‍ കൂട്ടുകാരുമൊത്ത് ഒരു സിനിമ കാണാന്‍ പോകാമെന്ന് വച്ചാല്‍ അതിനും കഴിഞ്ഞിരുന്നില്ലാ.

ഒഴിവുദിവസം ജോലി ചെയ്താല്‍ ഓവര്‍ ടൈം ശമ്പളം അതായത് രണ്ടു ദിവസത്തെ ശമ്പളം പിറ്റേന്ന് റൊക്കം കയ്യില്‍ കിട്ടും എന്നലാക്കായിരുന്നു അവരുടേത്.

ഒരു ഞായറാഴ്ച ദിവസം കൂട്ടുകാര്‍ എന്നെ മുറിയില്‍ തനിച്ചാക്കി നാട്ടുകാരനായ സ്നേഹിതന്റെ വീട്ടില്‍ ക്ഷണിതാക്കളായി പോയി. നല്ല സ്വാദേറിയ ഭക്ഷണം കഴിച്ച് അവര്‍ തിരിച്ചെത്തിയപ്പോള്‍ സമയം രാത്രി എട്ടായി. ഡ്രസ് ഒക്കെ മാറിയശേഷം അവര്‍

"എടോ റോക്കി നീ നല്ല ധൈര്യവും, ചങ്കൂറ്റവും ഒക്കെ ഉള്ളവനല്ലേ. ഒരു കാര്യം ചെയ്യ്. എക്സപ്ലനേഡിലെ ഏതെങ്കിലും ബാറിലോ, നിശാക്ലബ്ബിലോ പോയി ഒരു അര ലിറ്റർ ബ്രാണ്ടി വാങ്ങി വാ, നമുക്കിന്ന് അടിച്ച് പൊളിക്കാം. ഇതാ പണം"

എന്ന് പറഞ്ഞ് കൂട്ടുകാരൻ നാലഞ്ചു നൂറ് രൂപ നോട്ടുകൾ എന്റെ നേരെ നീട്ടി. ഞാനത് കൈനീട്ടി വാങ്ങിയതോടെ നാട്ടുകാരനായ ജോർജ്

"റോക്കി സൂക്ഷിക്കണം. നമ്മൾ താമസിക്കുന്ന പൊതു പുക്കൂർ ഏരിയയിൽ മദ്യ നിരോധനമാ. മദ്യം കൊണ്ടുനടക്കുന്നതും വില്ക്കുന്നതും കുറ്റമാണ്. കുപ്പി കണ്ട് ആരെങ്കിലും ചോദിച്ചാൽ ദവാ, അഥവാ മരുന്നാണെന്ന് പറഞ്ഞ് തടി തപ്പിക്കോ. അമി മദ്രാസി ആച്ചേ എന്നും തട്ടിവിട്ടോ. അവര് പിന്നെ മിണ്ടില്ല"

"ഓക്കെ ബോസ്. ബൈ....ബൈ..."

എന്ന് വിഷ് ചെയ്ത് ഞാൻ എക്സപ്ലനേഡിലേക്ക് ബസ്സിൽ യാത്ര തിരിച്ചു.

കൽക്കട്ടയിൽ ടൗണിലൊക്കെ സർക്കാർ വക ബസ്സുകളാണ് ഓടുന്നത്. ഓരോന്നിന്റെയും മുൻപിലും പുറകിലും അഞ്ച്, ആറ്, എട്ട്, ഒൻപത് ഇങ്ങനെ നല്ല വലുപ്പത്തിലുള്ള അക്ഷരങ്ങളിൽ എഴുതിയിട്ടുണ്ടാവും. ബസ്സിലൊന്നും സ്ഥലപ്പേര് എഴുതിയിട്ടുണ്ടാവില്ല. ഓരോ നമ്പർ ബസ്സുകളും ഓരോ സ്ഥലത്തേക്ക് മാത്രമേ പോകൂ. എട്ട് എന്ന് എഴിതിയിരിക്കുന്ന ബസ്സ് രാഷ്ബിഹാരി എന്ന സ്ഥലത്തേക്ക് മാത്രമേ പോകൂ. മറ്റു ബസ്സുകൾ ഇതിലെ പോകില്ല. ഇങ്ങനെ ഓരോന്നും ഓരോ പ്രദേശത്തേക്ക് പോകൂ.

ബസ് സ്റ്റോപ്പിൽ ഇറങ്ങിയിട്ട് എക്സപ്ലനേഡ് റോഡിലെ ബാറുകളും, നിശാക്ലബ്ബുകളും അവയുടെ ബോർഡുകളും ഓരോന്നായി നോക്കി നടന്നുനീങ്ങി. കണ്ണിൽ പെട്ടതെല്ലാം പൂട്ടിയിട്ടിരിക്കുന്നു. അവയെല്ലാം രാത്രി എട്ടുമണിയോടെ അടക്കുമത്രേ. ഞാനാണെങ്കിൽ നടന്ന് നടന്ന് ക്ഷീണിച്ചു.

അതോടെ യേശു പറഞ്ഞ ഒരു വാക്യം ഓർമ്മ വന്നു.

"മുട്ടുവിൻ തുറക്കപ്പെടും. അന്വേഷിപ്പിൻ കണ്ടെത്തും."

എന്ന ഈ വേദവാക്യം എന്റെ ഓർമ്മയിൽ വന്നതോടെ മുഴിപ്പ് മാറി ഞാൻ ഉഷാറായി. ഇതിനിടെ എവിടെയെങ്കിലും ഒരു ബാറോ നൈറ്റ് ക്ലബോ കണ്ടെത്തിത്തരണമേ ദൈവമേ എന്ന് ഉള്ളിൽ പ്രാർത്ഥിച്ചുകൊണ്ട് അതിവേഗത്തിൽ മുന്നോട്ടു നടന്നു.

എന്റെ പ്രാർത്ഥന സഫലമായെന്ന് തോന്നുന്നു. തൊട്ടുമുൻപിലായി പ്രവേശന കവാടം മനോഹരമായി ഫുട് ബോൾ കണക്കെയുള്ള വീർത്ത വിവിധ നിറങ്ങളിലുള്ള ബലൂണുകൾ കൊണ്ട് അലങ്കരിച്ചിരിക്കുന്നതും വർണ്ണ മനോഹരമായ വൈദ്യുത ദീപങ്ങൾ ഇടയ്ക്കിടെ മിന്നിമിന്നിയും തെളിഞ്ഞുകിടക്കുന്നതുമായ നിശാക്ലബ്ബ് എന്ന ബോർഡ് എന്റെ കണ്ണിൽപെട്ടു. ഇത് കണ്ടതോടെ എനിക്ക് ആശ്വാസമായി.

ഞാൻ കവാടത്തിനരികിലേക്ക് നീങ്ങി. അകത്തു നിന്നും കാബറെ ഡാൻസുകളിൽ കേൾക്കുന്ന സംഗീതത്തിന്റെ നേരിയതും ഉള്ളിൽ കുളിര് പകരുന്നതും താളാത്മകവുമായ വാദ്യമേളങ്ങളുടെ അലയടികൾ. എന്തും വരട്ടെ എന്ന ചിന്തയോടെ ഞാൻ വാതിലിനരികിലെത്തി. അതോടെ സെക്യൂരിറ്റി

"കീ ചായിയേ ബേട്ടാ. അന്തർ ജാനാ തോ"(എന്താണ് മകനേ വേണ്ടത്. അകത്ത് പോകണോ)

"യാ (അതെ) ഐ വാണ്ട് ടു പാർട്ടിസിപ്പേറ്റ് ഇൻ കാബറെ ആൻഡ് ഡ്രിംഗ്സ്"

"ആയിയേ"

എന്ന് പറഞ്ഞ് അയാൾ എന്നെ അകത്തേക്ക് ആനയിച്ചു. ബ്രാണ്ടി കിട്ടുന്ന സ്ഥലം ചൂണ്ടികാണിച്ച് തന്നിട്ട്

"ഉദർ ജാവോ" (അവിടെ പൊയ്ക്കോളൂ) എന്നുപറഞ്ഞ് തിരിച്ചുപോയി.

ഞാൻ കൗണ്ടറിലെത്തി. ഒരു മാക്ഡൗൽ പൈന്റ്
വാങ്ങിയതോടെ

"ഇദർ പീനേ നഹിം സക് താ. അന്തർ ബങ്കീച്ച
(പൂന്തോട്ടം) മേം ജാവോ" (ഇവിടെയിരുന്ന് മദ്യം കഴിക്കാൻ
പറ്റില്ല. പൂന്തോട്ടത്തിലേക്ക് പോകൂ)

ഞാൻ ബന്തി ഈച്ചയിലേക്ക് തിരിച്ചു.

കുപ്പി പൊട്ടിക്കാനായി അടുത്ത എന്റെ ശ്രമം. എത്ര
ശ്രമിച്ചിട്ടും കുപ്പിയുടെ അടപ്പ് ഊരുവാൻ കഴിയുന്നില്ലാ. വീണ്ടും
തൊട്ടപ്പുറത്തുള്ള സെക്യൂരിറ്റിയെ അടപ്പൂരാൻ സമീപിച്ചു.
അയാൾ അടപ്പ് ഊരി തന്നു. പക്ഷെ അടപ്പ് ഊരുന്നതിനിടെ അത്
ഗാർഡനിൽ എവിടേയ്ക്കോ തെറിച്ചുപോയി.

ഇവിടെവച്ചേ മദ്യം കുടിക്കാൻ കഴിയൂ. പുറത്ത്
കൊണ്ടുപോകാൻ കഴിയില്ലാ എന്നറിഞ്ഞതുകൊണ്ടാണ്
ഞാനല്ലം കഴിച്ചേക്കാമെന്ന് തീരുമാനിച്ചത്.

ഞാൻ കുപ്പിയിൽ നിന്ന് ഒരു സ്മോളെടുത്ത് കഴിച്ചു.
കണ്ണറിയാത്തവനെപ്പോലെ   അപ്പുറത്തിരിക്കുന്നവർ കാണാതെ
അവിടവിടെ അടപ്പ് കണ്ടെത്താനുള്ള തിരച്ചിൽ ആരംഭിച്ചു.

ഗാർഡന് മുകളിൽ പച്ച കളറുള്ള ചില്ല് പോലെ
തോന്നുന്ന ജി.ഐ ഷീറ്റ് കൊണ്ട് നിർമ്മിച്ചിരിക്കുന്ന ആർച്ച്.
അതിലൂടെ മങ്ങിയ പ്രകാശ ധാരകൾ താഴെയിരിക്കുന്നവരെ
വീക്ഷിക്കുന്നപോലെ തോന്നി. താഴെ ഇരിപ്പിടങ്ങൾക്ക്
തൊട്ടകലെയായി മൺചട്ടികളിൽ നിറയെ പൂച്ചെടികൾ.
അവയിലെ പൂക്കൾ കുളിർ കാറ്റേറ്റ് മന്ദം മന്ദം
അങ്ങോട്ടുമിങ്ങോട്ടും ചെരിഞ്ഞ് ആനന്ദ നൃത്തം വയ്ക്കുന്നു.
ഗാർഡനിൽ കുടിവെള്ള ടാങ്കുകൾ വച്ചിരിക്കുന്ന പോലെ
ഇഷ്ടിക കൊണ്ട് നിർമ്മിച്ചിരിക്കുന്ന റൗണ്ടുകൾ. ഇവയുടെ
മറവിൽ യുവത്വത്തിന്റെ പറുദീസയിൽ പ്രേമ സല്ലാപങ്ങളിൽ
മയങ്ങിയിരിക്കുന്ന ഗേൾഫ്രണ്ട്, ബോയ്ഫ്രണ്ടുമാർ.
അവിടെയെങ്ങാൻ എത്തിനോക്കാൻ ചെന്നാൽ അടിയുടെ
പൂരമായിരിക്കും കിട്ടുക.

ഞാൻ ഇരുട്ടിൽ തപ്പി തപ്പി ഒരുവിധം കുപ്പിയുടെ അടപ്പ് കണ്ടുപിടിച്ചു. പിന്നെ പേടിച്ച് പേടിച്ച് അടപ്പുകൊണ്ട് കുപ്പി അടച്ചിട്ട് പാന്റിന്റെ അരഭാഗത്ത് തിരുകി. പുറത്ത് കടക്കാനായി എന്റെ അടുത്ത ശ്രമം. അപ്പോൾ തൊട്ടപ്പുറത്തുനിന്നും പാശ്ചാത്യ സംഗീതത്തിന്റെ കുളിർമയുള്ള അലയടികൾ ചെവിയിൽ പതിച്ചു. മെല്ലെ നടന്നു ഞാൻ അതിന്റെ പ്രവേശന കവാടത്തിലെത്തി.

പിന്നീട് അകത്തു കടന്ന് ഒരരികത്ത് ചാരിനിന്നു. സ്റ്റേജിൽ അർദ്ധ നഗ്നകളായ തരുണീമണികൾ അകത്തുള്ളതൊക്കെ പുറത്ത് കാണത്തക്ക വിധമുള്ള നൈലോൺ ഡ്രസ്സ് ധരിച്ച് നൃത്തച്ചുവടുകൾ വച്ചും ആടിയും പാടിയും തിമിർക്കുന്നു. സദസ്സിൽ നിരത്തിയിട്ടിരിക്കുന്ന കസേരകളെല്ലാം നിറയെ കാഴ്ചക്കാർ. സുന്ദരികളുടെ നൃത്തച്ചുവടുകൾക്ക് ഹരം പകരുന്നവിധം വയലിൻ, ഫ്ലൂട്ട്, ഗിത്താർ ഇവയുടെയൊക്കെ മനം മയക്കുന്ന ശബ്ദവീഥികളുടെ അലയടികൾ സ്റ്റേജിൽ മുഴങ്ങുന്നു. ഇതിനിടെ ഡ്രമ്മിൽ നിന്ന് ഡും......... ഡും......... എന്ന ഇടിവെട്ടും വണ്ണമുള്ള മുഴക്കങ്ങൾ. ഇതോടെ ഞാൻ ഒരു മാന്ത്രിക ലോകത്തിലെത്തിയ പ്രതീതി എന്നിൽ ഉദിച്ചു.

ഇതധികനേരം നീണ്ടുനിന്നില്ല. എന്റെ പുറത്ത് ഒരു കൈ പതിച്ചു. ഞാൻ തിരിഞ്ഞ് നോക്കിയതോടെ

"യേ ബച്ചാ.. ആപ് ക്യാബ്റേ ദേക്ക്നേ ടിക്കറ്റ് കിയാതോ? (പയ്യൻ നിങ്ങൾ ക്യാബ്റേ കാണാൻ ടിക്കറ്റ് ബുക്ക് ചെയ്തിട്ടുണ്ടോ)".

"നഹീം സാഹേബ്.."

"ഫിർ ബാഹർ ചലോ.." (എന്നാൽ പുറത്തുപോകൂ)

ഇവിടെ ഡ്യൂട്ടിയിൽ ഉണ്ടായിരുന്ന ഒരു സെക്യൂരിറ്റിയായിരുന്നു അയാൾ.

അയാൾ എന്തോ അത്യാവശ്യത്തിന് പുറത്തുപോയിരുന്ന അഞ്ച് മിനിറ്റ് സമയം എനിക്ക് വീണു കിട്ടിയതാണ്.

വൈകിയില്ല ഞാൻ ഞങ്ങളുടെ താമസ സ്ഥലത്തേക്ക് തിരിച്ചു. ചെന്നപാടേ ഒരു കൂട്ടുകാരൻ

"എന്ത് പറ്റിയടോ? സമയം രാത്രി പന്ത്രണ്ട് ആയല്ലോ. കുഴപ്പത്തിലൊന്നും ചാടിയില്ലല്ലോ"

"ദൈവാദീനം കൊണ്ട് ഒന്നും സംഭവിച്ചില്ല"

"എന്നാൽ കുപ്പി എടുക്കടേ."

ഞാൻ മെല്ലെ പാന്റിനുള്ളിൽ തപ്പി കുപ്പി വലിച്ചെടുത്തു. കുപ്പിയിൽ കാൽഭാഗം ബ്രാണ്ടി മാത്രമേ ശേഷിച്ചിരുന്നുള്ളു. ഭയത്തോടുകൂടി ഗാർഡനിൽ വച്ച് കുപ്പി അടച്ചതിനാലാണ് കുപ്പി ചോർന്ന് ബ്രാണ്ടി നഷ്ടപ്പെട്ടത്. സോറി കൂട്ടുകാരേ എന്നു പറഞ്ഞ് ഞാൻ അവരെ കുപ്പി നീട്ടി കാണിച്ചു.

3. എനിക്ക് പറ്റിയ അമളി

കേരളത്തിലെ പ്രമുഖ തീയേറ്ററുകളിൽ തമിഴ് സിനിമകൾ കളക്ഷൻ റിക്കാർഡുകൾ ഭേദിച്ച് മുന്നേറിക്കൊണ്ടിരുന്ന കാലഘട്ടം. യുവഹൃദയങ്ങളിൽ പ്രേമത്തിന്റെ വസന്തകാലം അഭിനയത്തിലൂടെ പ്രേക്ഷകരിൽ വിരിയിച്ച എം.ജി.ആർ, ജയലളിത പ്രണയജോഡികൾ ആടിയും, പാടിയും, നൃത്തം ചെയ്തും യുവജനങ്ങളുടെ മനസ്സുകളിൽ അന്ന് പ്രണയത്തിന്റെ വിത്തുകൾ, പാകിയിരുന്നു. ടക് ടക് എന്ന താളാത്മകമായ കുതിരക്കുളമ്പടിയുടെ ശബ്ദവീചികൾ വായുവിൽ ഉയർത്തിക്കൊണ്ട് കുതിരപ്പുറത്തിരുന്ന് നാലുപാടും വാൾ വീശി ശത്രുക്കളെ മിന്നൽ വേഗത്തിൽ വീഴ്ത്തിയ വാൾപ്പയറ്റ് വീരനായിരുന്ന തമിഴ്നടൻ രഞ്ചൻ, പത്മിനി, രാഗിണി, ലതിക എന്നീ യുവ സുന്ദരിമാരുടെ കണ്ടാലും കണ്ടാലും കൊതിമാറാത്ത മനസ്സിനെ കുളിരണിയിക്കുന്ന നൃത്ത നൃത്ത്യങ്ങൾ. മനോരമ, ചന്ദ്രബാബു എന്നീ ഹാസ്യകഥാപാത്രങ്ങളുടെ ചിരിച്ചുചിരിച്ച് മണ്ണുകപ്പിക്കുന്ന ഹാസ്യാഭിനയം. ഇതൊക്കെ യുവജനങ്ങളെ അന്ന് പുളകമണിയിച്ചിരുന്നു.

ഇത്തരം സ്റ്റണ്ട് പടങ്ങൾ കണ്ടാസ്വദിക്കാൻ ശുദ്ധ നാട്ടിൻപുറത്തുകാരും കൗമാരപ്രായക്കാരുമായ ഞങ്ങൾ രണ്ടു മൂന്നു സുഹൃത്തുക്കൾ രാത്രി ചേരാനല്ലൂരിൽ നിന്നും വേനൽ കാലങ്ങളിൽ കിലോമീറ്റുകൾ ദൂരെയുള്ള കാലടിയിലെ ചെങ്ങൽ വിക്ടറി ടാക്കീസിൽ എത്തിയിരുന്നു. അത്താഴം എന്ന പേരിൽ ഉള്ളിലെ ആന്തൽ അകറ്റാൻ പോലും തികയാത്ത ഇത്തിരി വറ്റും ഒത്തിരി കഞ്ഞിവെള്ളവും അകത്താക്കി വീടിന്റെ ഇറയത്തു കിടന്ന് ഏഴരയാകുമ്പോഴേക്കും ഉറക്കം ഭാവിച്ച് കിടക്കും. വീട്ടുകാർ ഉറക്കം പിടിക്കുമ്പോൾ സിനിമയ്ക്ക് പോകാനായിരുന്നു ഈ അഭിനയം.

അന്നൊക്കെ നേരം ഇരുട്ടാകുന്നതോടെ ഭൂതപ്രേതപിശാചുക്കളുടെയും, യക്ഷികളുടെയും, കള്ളന്മാരുടെയും മറ്റും അപഥ സഞ്ചാരം ആരംഭിക്കും എന്ന കേട്ടുകേൾവി മൂലം സന്ധ്യ കഴിഞ്ഞാൽ ആളുകൾ

പുറത്തിറങ്ങാതിരുന്നത് ഞങ്ങൾക്ക് സെക്കന്റ് ഷോ സിനിമ കാണാൻ പോകാൻ വഴിയൊരുക്കിയിരുന്നു.

വീട്ടിലെ ഇറയത്ത് പനമ്പിലോ, പായിലോ കിടപ്പാരംഭിച്ചാൽ പിന്നെ വീട്ടുകാരാരും ഇടയ്ക്ക് ഉറക്കമുണർന്നിരുന്നില്ല. ഇതും അനുകൂല സാഹചര്യം ഒരുക്കി. ഈ സന്ദർഭങ്ങളിൽ പായയുടെ തല വയ്ക്കുന്ന ഭാഗത്ത് തലയിണവച്ച് ഉടുത്തിരിക്കുന്ന തുണികൊണ്ട് തലയിണയെ പുതപ്പിച്ച് ആൾ കിടക്കുന്നപോലെ പുതപ്പിച്ചിട്ടാണ് എം.ജി.ആർ ജയലലിത പ്രണയജോഡികളുടെ സിനിമയ്ക്ക് പോയിരുന്നത്.

സമയം അറിയാൻ അന്ന് നിവൃത്തിയില്ലാതിരുന്നതിനാൽ എട്ട് മണിക്ക് അടുത്തുള്ള പള്ളിയിലെ ഓട്ടുലോഹം കൊണ്ട് തീർത്തിരുന്ന ആറേഴു കിലോമീറ്റർ അകലെ വരെ ശബ്ദം കേൾക്കുന്ന മണിയുടെ ണ്ടിം......ണ്ടാ‌ം...... ണ്ടിം... ണ്ടാം... എന്ന് നീണ്ടുനിൽക്കുന്ന താളാത്മകമായ മണിനാദം സമയമറിയാൻ ഞങ്ങളെ സഹായിച്ചിരുന്നു. സിനിമ കാണാനുള്ള പണം ആൾത്താ മസമില്ലാത്ത പറമ്പുകളിലെ കശുവണ്ടി പെറുക്കി വിറ്റും ഇടയ്ക്ക് പനമ്പു നെയ്തുമാണ് സംഘടിപ്പിച്ചിരുന്നത്.

കൂട്ടുകാരോടൊപ്പം സിനിമ കാണാൻ ഒത്തുകൂടിയിരുന്നത് ചേരാനല്ലൂർ പള്ളി അങ്ങാടിയി ലാണ്. പള്ളിയുടെ പടിഞ്ഞാറുവശത്തായി അന്നൊരു കുളികടവുണ്ടായിരുന്നു. കടവിലേക്കുള്ള റോഡിന് വേണ്ടി പള്ളിക്കാർ വിട്ടുകൊടുത്ത സ്ഥലമായതിനാൽ ഇത് പള്ളിക്കടവ് എന്ന പേരിലാണ് അറിയപ്പെട്ടിരുന്നത്. ഈ കടവിലൂടെ വേനൽക്കാലത്ത് വെള്ളത്തിലിറങ്ങി മറുകരയായ നീലീശ്വരത്ത് എത്തുകയായിരുന്നു പതിവുപരിപാടി. അരയ്ക്കൊപ്പം വെള്ളം മാത്രമേ വേനലിൽ അന്ന് പുഴയിൽ ഉണ്ടായിരുന്നുള്ളൂ. പളുങ്കുമണികൾ വാരി വിതറിയിട്ടിരിക്കുന്ന പോലെ വിശാലമായി കിടന്നിരുന്ന മണപ്പുറം നീലീശ്വരം കടവിനു തൊട്ട് താഴെ കണ്ടിരുന്നു.

നീലീശ്വരം മുതൽ കാലടിവരെ അന്ന് റോഡുസൗകര്യം ഉണ്ടായിരുന്നതിനാൽ കാലടിയിലെത്തുവാൻ യാത്രക്കാർക്ക്

എളുപ്പമായിരുന്നു. സിനിമക്കെത്താൻ സമയം വൈകിയെന്നു തോന്നിയിരുന്നതോടെ നിലം തൊടാതെ ഓടി തീയേറ്ററിൽ എത്തിയിരുന്നു. മലയാറ്റൂർ റോഡിലൂടെ നീലീശ്വരത്തു നിന്നും കാലടി ജംഗ്ഷനിലെത്തുന്നത് തൊട്ട് മുൻപേയുള്ള സ്ഥലം മേക്കാലടി എന്ന പേരിൽ അറിയപ്പെട്ടിരുന്നു. ഇവിടം പിന്നിട്ടാൽ ഞങ്ങൾ നടന്നും ഓടിയും മേക്കാലടി കഴിഞ്ഞുള്ള റോഡിലെത്തിയിരുന്നു. ഇവിടെ റോഡിനു നടുവിലായി ഊമൻ തോട് എന്ന പേരിൽ ഒരു തോട് നിലവിലുണ്ടായിരുന്നു. ഇതിനുമുകളിൽ അന്ന് പാലമോ, കലുങ്കോ ഒന്നും ഇല്ലാതിരുന്നതിനാൽ യാത്രക്കാർ തോട്ടിലിറങ്ങി നടന്നാണ് അപ്പുറത്തെത്തിയിരുന്നത്.

പതിവുപോലെ ഞങ്ങൾ ഓമൻ തോട്ടിലെത്തി. സമയം രാത്രി 8.50 ആയി കാണും സിനിമയ്ക്കുള്ള സമയം വൈകിയെന്ന് തോന്നിയതിനാൽ വേഗത്തിൽ തോട്ടിലിറങ്ങി ഞങ്ങൾ മറുവശത്തേക്ക് കടക്കുന്നതിനിടെ കൂട്ടുകാരൻ അബദ്ധത്തിൽ തോട്ടിൽ നിരന്നു കിടന്നിരുന്ന ഒരു ഉരുളൻ കല്ലിൽ തട്ടി താഴെ വീണു. അവന്റെ ചുണ്ട് പൊട്ടി വായിൽ നിന്നും കട്ട ചോര കുടു കുടാ വായിലൂടെ പുറത്തേക്ക് ഒഴുകി. അതോടൊപ്പം മുൻനിരയിലെ രണ്ട് പല്ലും അകലത്തിൽ തോട്ടിൽ വീണു. ഇതോടെ അവൻ

"എന്റെ കർത്താവേ ഞാൻ ഇപ്പൊ ചാവുമേ എന്തൊരു വേദന അപ്പോ"

എന്ന് അലറിക്കരഞ്ഞു. പേടിച്ചരണ്ട് ഞങ്ങൾ അവനെ തൊട്ടടുത്തുള്ള കാലടി പോലീസ് സ്റ്റേഷനോട് ചേർന്ന ഒരു സ്വകാര്യ ആസ്പത്രിയിലെ ഡോക്ടറുടെ വീട്ടിലെത്തിച്ചു. ഡോക്ടർ മുറിവ് ക്ലീൻ ചെയ്ത് പല്ലിന്റെ മോണയിലൊക്കെ പഞ്ഞിവച്ച് ഇനി പൊയ്ക്കോ എന്ന് പറഞ്ഞു വിട്ടു. സിനിമ കാണാൻ സൂക്ഷിച്ചിരുന്ന പണം ഡോക്ടർക്ക് നല്കിയിട്ട് ഞങ്ങൾ ദുഃഖാർത്ഥരായി മടക്കയാത്ര ആരംഭിച്ചു.

സിനിമ കാണാൻ കഴിഞ്ഞില്ലല്ലോ എന്ന സങ്കടം ഞങ്ങളുടെയൊക്കെ മനസ്സിനെ വേദനിപ്പിച്ചു. ഇനി

ഒരാഴ്ചയെങ്കിലും കഴിയാതെ സിനിമയുടെ കാര്യം നോക്കേണ്ടാ
എന്ന് ഒരു കൂട്ടുകാരൻ വിലപിച്ചു.

പത്മിനി, രാഗിണിമാരുടെ ഡാൻസ് കാണാൻ
കഴിയാത്തതിലായിരുന്നു അടുത്തയാളുടെ കമന്റും സംസാരവും.
നടത്തം തുടർന്നുകൊണ്ടിരിക്കുന്നതിനിടെ ചുണ്ടുപൊട്ടി
പല്ലുപോയ കൂട്ടുകാരന്റെ

"എന്റപ്പോ എന്റമ്മച്ചിയേ എന്തൊരു വേദനാ എങ്ങനെ
സഹിക്കും അപ്പോ"

എന്ന വിലാപ ഗാനം വഴി നീളെ ഉയർന്നു കൊണ്ടിരുന്നു.
റോഡരുകിലെ താമസക്കാരാരും ഇത് കേട്ട് ഉണരാതിരുന്നത്
ഭാഗ്യമായി കരുതിക്കൊണ്ട്   ഞങ്ങളുടെ പാഴായ യാത്ര
വീടിനടുത്തുളള പുഴയരികിലെത്തി. പുഴ കടന്ന് ഞങ്ങൾ
പിരിഞ്ഞു പോകേണ്ട കവലയിലെത്തി. അങ്ങോട്ടും
ഇങ്ങോട്ടുമൊക്കെ അവരവരുടെ സ്ഥലങ്ങളിലേക്ക് നീങ്ങി.

ഞാൻ മെല്ലെ വീട്ടിലെ ഇറയത്ത് എത്തി. കൂരിരുട്ട്. ഒന്നും
കാണാൻ കഴിയുന്നില്ല. ഇറയത്ത് അടക്കാമര വാരികൾ അടിച്ച
പനമ്പ് തട്ടിക (ചതുരാകൃതിയിലുളളത്) നീളത്തിൽ
അടിച്ചിരിക്കുന്നതി നരികെയെത്തി. ചെങ്കല്ലിൽ കുമ്മായംതേച്ച
ഭിത്തി തപ്പി കണ്ടുപിടിച്ച് മെല്ലെ മെല്ലെ കട്ടിലിനടുത്തേക്ക്
നീങ്ങുന്നതിനിടെ അതാ ഇരുട്ടിൽ ഒരു മനുഷ്യൻ എന്നെ
തുറിച്ചുനോക്കുന്നു. പേടിച്ചരണ്ട ഞാൻ

"ഫാ... പട്ടി... ആരാടാ കള്ളാ നീ "

എന്ന് ഉച്ചത്തിൽ വിളിച്ചു കൂവി. ഇരുട്ടിൽ ഭിത്തിയിൽ
കണ്ണാടി തൂക്കിയിരുന്നതിൽ എന്റെ പ്രതിബിംബം
കണ്ടതാണെന്ന് എനിക്ക് പെട്ടെന്ന് ഓർമ്മവന്നപ്പോഴേക്കും
ബോധമറ്റ് വെട്ടിയിട്ട കുറ്റിവാഴ പോലെ നിലത്തുവീണു.

ഒച്ചകേട്ട് വാതിൽ തുറന്ന് മണ്ണെണ്ണ വിളക്കുമായി
ഓടിവന്ന അമ്മച്ചി എന്നെ താങ്ങിയെടുത്ത്

"എന്ത് പറ്റി എന്റെ പൊന്നു മോനേ"

എന്ന് പറഞ്ഞ് അലറിക്കരഞ്ഞു.

പിറ്റേന്ന് എനിക്ക് അമ്മച്ചിയുടെ ട്രാൻസ്ഫർ ഓർഡർ കൈയ്യിൽ കിട്ടി. അതിങ്ങനെയായിരുന്നു.

"എന്റെ പൊന്നുമോൻ ഇന്നു മുതൽ രാത്രി അകത്ത് കിടന്നാൽ മതീട്ടോ"

എന്ന ഓർഡർ ജീവിത സായാഹ്നത്തിൽ എത്തി നിൽക്കുന്ന ഇന്നും ഇത്തരം മായാത്ത ഓർമ്മകൾ അനുവാദം കൂടാതെ മനസ്സിൽ മിന്നിമറയുന്നു.

4.ഗുട്ടൻസ് കവല

നമ്മുടെ പൂർവ്വികർ ഓരോ നാടിനും, പ്രദേശങ്ങൾക്കും മുൻപ് സ്ഥലനാമങ്ങൾ നൽകിയിരുന്നതിന് പിന്നിൽ ചില രസകരങ്ങളായ സംഭവങ്ങളും പ്രത്യേകതകളും ഉണ്ടായിരുന്നു. കൊലപാതക ഓർമ്മകളെ വരെ സൂചിപ്പിക്കുന്നവയായിരുന്നു ചിലതെന്ന് അവ സസൂക്ഷ്മം പരിശോധിച്ചാൽ മനസ്സിലാക്കാൻ കഴിയും. ഞങ്ങളുടെ നാട്ടിൽ റോഡിന് വീതി കൂട്ടുന്ന തർക്കം സംബന്ധിച്ച് രണ്ടുവീട്ടുകാർ തമ്മിൽ തർക്കമുണ്ടായി. വഴക്കിൽ കൃഷ്ണൻകുട്ടി എന്നയാൾ കുത്തേറ്റുമരിച്ചു. അതോടെ ആ റോഡിന് കൃഷ്ണൻകുട്ടി റോഡ് എന്ന് നാട്ടുകാർ പേരിട്ടു. കേരളത്തിലെ പ്രശസ്തമായ ആനപരിശീലന കേന്ദ്രമായ കോടനാടിന് ആ പേരുണ്ടായത് താഴെ പറയും വിധമാണത്രേ.

മലയും, കുന്നും, പാറക്കൂട്ടങ്ങളും, പുഴം തീരവും മൂലം സ്ഥിരം കോടകാറ്റ് (തണുത്തകാറ്റ്) അടിക്കുന്ന നാടായതിനാലാണത്രേ കോടയുള്ള നാട് എന്നർഥം വരുന്ന കോടനാട് എന്നായത്. കൂവൽപടിയാണത്രേ പിന്നീട് കൂവപ്പടിയായി മാറിയത്. എന്റെ വീടിനടുത്തുള്ള പി.ഡബ്ല്യൂ.ഡി. റോഡിനോട് ചേർന്ന് ഒരു മുക്കവലയുണ്ട്. റോഡ് സൈഡിൽ ഒരു ബസ് കാത്തുനില്പ് കേന്ദ്രവും. ഈ കാത്തുനില്പ് കേന്ദ്രത്തിൽ രാവിലെ പത്ത്മുതൽ ഉച്ചക്ക് ഒരുമണിവരെ കാറ്ററിങ് മുതലാളി പയ്യന്മാർ, പുതുപണക്കാർ, മക്കൾ വിദേശരാജ്യങ്ങളിൽ നിന്നും മാസാ മാസം ആയിരങ്ങൾ അയച്ചുകൊടുക്കുന്നവരുടെ രക്ഷിതാക്കൾ ഇവരൊക്കെയാണ് ഇവിടെ ഒത്ക്കൂടാറ്.

ഇവരുടെ ചർച്ച മിക്കവാറും പരദൂഷണം, അസൂയ, മറ്റുള്ളവരെ കളിയാക്കൽ, തരംതാഴ്ത്തൽ ഇവയൊക്കെയാണ്. ഇവരിൽ തലമൂത്തവരെ കവലമൂപ്പന്മാരെന്നാണ് നാട്ടുകാർ വിളിക്കുന്നത്. ഇവർക്ക് ഏത് ലോകകാര്യത്തെ പറ്റിയും അറിയാമെന്ന ഭാവവും, കുറ്റങ്ങളും, കുറവുകളും ഇവർക്ക് ഇല്ലെന്നും ഇവർ വാദിക്കും. കുറ്റങ്ങളും, കുറവുകളുമില്ലാത്ത ഇവർ എന്ത് പറഞ്ഞാലും ചർച്ചയിൽ പങ്കെടുക്കുന്നവർ അത് അംഗീകരിക്കേണ്ടിവരും. അല്ലെങ്കിൽ മൂപ്പന്മാർ ഒച്ചവച്ചും, ഭീഷണി പ്പെടുത്തിയും മറ്റുള്ളവരെ ഒതുക്കും.

ചർച്ചക്കിടയിൽ ഒരു മൂപ്പൻ പറയും മുഖ്യമന്ത്രി പിണറായി വിജയന്റെ ഭരണമാ നല്ലതെന്ന് വേറൊരാൾ. എനിക്ക് ഉമ്മൻചാണ്ടി ഭരണത്തിൽ കിട്ടാതിരുന്ന വാർദ്ധക്യപെൻഷൻ ഈ ഭരണത്തിലാണ് കിട്ടിയത്. അപ്പോൾ അടുത്തയാൾ കോടികൾ കടമെടുത്ത് ഖജനാവ് കാലിയാക്കിയല്ലേ പെൻഷൻ കൊടുക്കുന്നേ. ഇങ്ങനെ ഒട്ടേറെ ചർച്ചകൾ ഈ ബസ് കാത്തുനില്പ് കേന്ദ്രത്തിൽ അരങ്ങേറാറുണ്ട്. വൈകാതെ ഈ കവലയിൽ കുറേ അകലെനിന്നും വരെ ചെറുപ്പക്കാർ ചർച്ചകളിൽ പങ്കെടുക്കുവാൻ എത്തിത്തുടങ്ങി.

കുറേ കഴിഞ്ഞതോടെ കവലക്ക് പേരും, പ്രശസ്തിയുമായി. കവലയുടെ പേര് ഗുട്ടൻസ് കവല എന്ന പേരിൽ അറിയപ്പെടുവാനും ഇടവന്നു. ഗുട്ടൻസ് കവലയുടെ ജലദിനാഘോഷം രാഷ്ട്രീയ, മത, സാമൂഹ്യ, സാംസ്ക്കാരിക നായകരോ പള്ളീലച്ചനേയോ ക്ഷണിക്കാതേയും, പരസ്യങ്ങളില്ലാതേയുമാണ് ഉദ്ഘാടിച്ചത്. രാവിലത്തെ സഭാ സമ്മേളനശേഷം വൈകിട്ട് നാലുമുതൽ രാത്രി എട്ടുവരെ വീണ്ടും ഇവിടെ യുവജനസംഗമവും, ചർച്ചകളും അരങ്ങേറുക പതിവാണ്.

ഇതിൽ പങ്കെടുക്കുന്നവർ അദ്ധ്യാനഭാരത്തിന്റെ ക്ഷീണ മകറ്റാൻ അല്പം സ്മോളോ കഴിച്ചിട്ടാണ് ചർച്ചയ്ക്ക് എത്തുന്നതെന്നാ കേൾക്കുന്നെ. അതുകൊണ്ട് രാത്രിയിൽ ചർച്ചയ്ക്ക് ഡബിൾ സ്ട്രോങ്ങ് ഉണ്ടാകും എന്ന് കേൾവിയുണ്ട്.

ഇതിങ്ങനെ തുടരുന്നതിനിടെ ഒരു ദിവസം രാത്രി എട്ടായതോടെ ഗുട്ടൻസ് കവലയിൽ ബസ് കാത്തുനില്പ് കേന്ദ്രത്തിനോട് ചേർന്ന് രണ്ടു ചെറുപ്പക്കാർ ഒരു ബുള്ളറ്റ് ചവിട്ടി നിർത്തി. ചർച്ചാ ക്ലാസ്സിൽ അല്പം ഗുണ്ടായിസക്കാരനായ യുവാവ് ഇരിക്കുന്നത് തൊട്ടരികത്തെ ഇലക്ട്രിക് പോസ്റ്റിലെ ട്യൂബ് ലൈറ്റിന്റെ വെളിച്ചത്തിൽ ബുള്ളറ്റിൽ ഇരിക്കുന്നവർ കണ്ടതിനാലാണ് അവർ കാത്തുനില്പ് കേന്ദ്രത്തിനടുത്ത് വണ്ടി നിർത്തിയത്. ബുള്ളറ്റിൽ നിന്നും ഇറങ്ങിയവരിൽ കരുത്തനെന്ന് തോന്നിക്കുന്നവൻ ഗുണ്ടയുടെ അരികത്ത് വന്ന് കൈ ചൂണ്ടിയിട്ട്

"നീ സൂക്ഷിച്ചോടാ പട്ടി. നിന്നെ ഞാൻ എടുക്കുമെടാ" എന്നാ ക്രോശിച്ചു.

അതോടെ ഗുണ്ട

"ഇപ്പോ കാണിച്ചു തരാമെടാ. ധൈര്യമുണ്ടെങ്കിൽ നീ ഞാൻ വരുന്നതു വരെ ഇവിടെ നിക്ക് "

എന്ന് പറഞ്ഞു തന്റെ ബൈക്ക് സ്റ്റാർട്ടാക്കി പുറപ്പെട്ടു. അല്പ നിമിഷത്തിനകം തിരിച്ചെത്തിയിട്ട് തന്റെ കഴുത്തിന് പുറകിൽ കയ്യ് കടത്തി മിന്നി തിളങ്ങുന്ന ഒരു വടി വാളെടുത്തു വീശി വെല്ലുവിളിച്ചിട്ട്

"ധൈര്യമുണ്ടെങ്കിൽ എന്നെ തൊടടാ" എന്ന് പറഞ്ഞ് ഒച്ച വച്ചു. ഇതൊക്കെ കേട്ടും, കണ്ടും നിന്നിരുന്ന ഒരയൽക്കാരൻ പോലീസിലേക്ക് ഫോൺ ചെയ്തു.

"ഹലോ പോലീസ് സ്റ്റേഷനല്ലേ. ഇപ്പോൾ ഇവിടെ ഗുട്ടൻസ് കവലയിൽ ഒരു കൊലപാതകം നടക്കും. സർ ഉടൻ വരണം."

"എടോ എസ്.ഐ. വണ്ടിയുമെടുത്ത് റോന്തിന് പോയിരിക്കയാ വരുമ്പം ഞാൻ പറഞ്ഞേക്കാം." ഒരു മണിക്കൂറോളമായിട്ടും പോലീസ് വന്നില്ലാ. വെല്ലുവിളിക്കാരെ അനുനയിപ്പിച്ച് അറിഞ്ഞു കേട്ടെത്തിയ നാട്ടുകാർ പിരിച്ചുവിട്ടു. പിറ്റേന്ന് കാലത്ത് സഭ കൂടുന്നതിനിടെ ഒരു മൂപ്പൻ

"ഇന്നലെ ഇവിടെ കൊലവിളിയും, വടിവാൾ വീശലും ഒക്കെ നടന്നെന്ന് കേട്ടല്ലോ. എന്നിട്ടെന്തായിന്നറിയോ? പോലീസിനെ വിളിച്ചിട്ട് വന്നില്ലെന്നും കേട്ടല്ലോ.

"ശരിയാ ചേട്ടാ. ഞാൻ സംഭവം നടക്കുന്ന സമയത്ത് ഇവിടെ ഉണ്ടായിരുന്നു. പോലീസ് ഒരു മണിക്കൂർ കഴിഞ്ഞ് എല്ലാവരും പിരിഞ്ഞേപ്പിന്നാ വന്നേ. അതിന്റെ ഗുട്ടൻസ് ചേട്ടനറിയോ. പോലീസ് ഉടനെ വന്നാൽ വല്ലതും നടക്ക്വാ. വെട്ടും, കുത്തും, കൊലയും നടന്നാൽ വക്കീലിനും മറ്റുളള പലർക്കും വർഷങ്ങളോളം എന്തെങ്കിലും കാര്യമായി തടയില്ലേ. അതാ അവര് വരാഞ്ഞേ.

ഇങ്ങനെ വീട്ടിലും പുറത്തും നടക്കുന്ന ഓരോ കാര്യങ്ങളിലേയും ഗുട്ടൻസ് അഥവാ ഒളിഞ്ഞിരിക്കുന്ന രഹസ്യങ്ങൾ ഇവിടുത്തെ ചർച്ചയിൽ കേൾക്കാനും അറിയാനും കഴിയും. അതുകൊണ്ടാണ് ഈ കവല ഗുട്ടൻസ് കവല എന്ന പേരിൽ അറിയപ്പെടുവാൻ ഇടവന്നത്.

5. ഒരു കള്ളകുമ്പസാരം

കൗമാരം പിന്നിട്ടതോടെ കുസൃതികളും, വികൃതികളും, ധീരകൃത്യങ്ങളും മനസ്സിൽ ഉടലെടു ത്തിരുന്ന സുവർണ്ണകാലഘട്ടം. എന്തിനേയും, ഏതിനേയും നേരിടാനും വെല്ലുവിളിക്കാനുമുള്ള ചങ്കുറ്റവും ധൈര്യവും ഉണ്ടെന്ന മിഥ്യാബോധം ഇവ മനസ്സിൽ ഉടലെടുത്തതോടെ വികൃതികളും തരികിടകളും ഒപ്പിക്കുവാൻ ഞാൻ മിടുക്ക് കാണിച്ചിരുന്നു. അത്തരം രസകരമായ കഥകളിൽ ഒന്നാണിത്. നമുക്ക് കഥയിലേക്ക് കടക്കാം.

എന്റെ വീടിന് ഏറെ അകലെയല്ലാതെ സ്ഥിതി ചെയ്യുന്ന പുരാതനമായ റോമൻ കത്തോലിക്കാപള്ളി. പുഴം തീരത്തോട് ചേർന്ന് ഏക്കർ കണക്കിന് വിസ്തൃതിയുള്ള പള്ളിപറമ്പ് . മഴക്കാലമാകുന്നതോടെ പുഴ കര കവിഞ്ഞൊഴുകും. അതോടെ പള്ളിപറമ്പിലെ പുഴം തീരത്ത് മലയിൽ നിന്നെത്തുന്ന മൂർഖൻ പാമ്പുകളും, മലമ്പാമ്പുകളും അഭയാർത്ഥികളായെത്തുകയും താമസ മുറപ്പിക്കുകയും ചെയ്തിരുന്നു.

അന്ന് പള്ളിപറമ്പാകെ കാട് നിറഞ്ഞതായിരുന്നു. പറമ്പിൽ കായ് ഫലമുള്ള തെങ്ങുകൾ, മാവുകൾ, പ്ലാവുകൾ, ആഞ്ഞിലി മരങ്ങൾ ഇവയുണ്ടായിരുന്നു. കാടും പടലും നിറഞ്ഞ പറമ്പിൽ അവിടവിടെ പാളയൻ തോടൻ, പടത്തി, ഞാലിപൂവൻ വാഴകൾ.

ചക്കയുടെ ഞെട്ടി പിരിച്ചു വച്ചും, വാഴക്കുലകൾ മൂപ്പെത്തുന്നതോടെ ഒടിച്ചിട്ടും, മാങ്ങകൾ എറിഞ്ഞു വീഴ്ത്തിയുമൊക്കെ അക്കാലത്ത് തൊഴിലില്ലാപടകളായ ചെറുപ്പക്കാർ വിശപ്പകറ്റിയിരുന്നു.

പള്ളിയുടെ തെക്ക്‌വശത്ത് പുഴയിലേക്ക് ചെങ്കല്ലുകൊണ്ട് നടകൾ കെട്ടിയിരുന്ന ഒരു കടവ് ഉണ്ടായിരുന്നു. മാലാഖ കടവ് എന്നായിരുന്നു ഇത് അറിയപ്പെട്ടിരുന്നത്. കടവിലെ അലക്കുകല്ലിൽ തേങ്ങയുടെ മൂട് കുത്തിയുടച്ച് പൊട്ടിച്ചും വാഴപ്പഴം കുലയോടെ പൊക്കിയെടുത്തും മാലാഖകടവിൽ കൊണ്ടുവച്ചാണ് ഞങ്ങൾ കഴിച്ചിരുന്നത്. അന്ന് നാട്ടുകാരിൽ

പലരും ഈ കടവിൽ എത്തിയാണ് കുളിച്ചിരുന്നത്. കടവിൽ ആളൊഴിയുന്ന തക്കത്തിനാണ് ഞങ്ങളുടെ വികൃതികൾ അരങ്ങേറിയിരുന്നത്.

ഇപ്പോൾ പുഴം തീരം കയ്യേറി മാലാഖകടവ് ഇല്ലാതാക്കിയിരിക്കുകയാണ്. കുസൃതികളായ ഞങ്ങളുടെ വികൃതികൾ അരങ്ങേറിയിരുന്ന കാലത്ത് പകൽ പന്ത്രണ്ട് മണി കഴിഞ്ഞാൽ ഞങ്ങളുടെ അച്ചനും വാലിയക്കാരനും (കുശിനിക്കാരൻ) ഉച്ച മയക്കത്തിൽ ആകും. ഇത് ഞങ്ങൾക്ക് നല്ലൊരു അവസരമായിരുന്നു.

അക്കാലത്ത് പള്ളീലച്ചൻമാർക്ക് ആഹാരം പാകം ചെയ്തുകൊടുക്കാൻ വാലിയക്കാരനെ ശമ്പളം കൊടുത്ത് നിയമിച്ചിരുന്നു. അച്ചൻ താമസിക്കുന്നതിനോട് ചേർന്ന് തന്നെയാണ് കുശിനിപുരയും (പാചകപ്പുര) നിർമ്മിച്ചിരുന്നത്. ഇന്നതൊക്കെ വെറും ഓർമ്മകൾ മാത്രമായിരിക്കുന്നു.

ഇപ്പോൾ തൊട്ടുത്ത കന്യാസ്ത്രി മഠങ്ങളിൽ നിന്നും മട്ടനും ചിക്കനും ഉൾപ്പെടെയുള്ള വിഭവ സമൃദ്ധമായ ഊണും, കറികളും കന്യാസ്ത്രികൾ അച്ചന്മാർക്ക് മേടയിൽ എത്തിച്ചുകൊടുക്കുന്നു എന്ന് കേൾക്കുന്നു. ഞങ്ങൾ ചെറുപ്പക്കാരുടെ വിക്രിയകൾ കുശിനിക്കാരന്റെ ശ്രദ്ധയിൽ പെട്ടിരുന്നു. അതിനാൽ ഞങ്ങൾ ടിയാനെ സോപ്പിട്ടും, കുശലം പറഞ്ഞും സുഖിപ്പിച്ച് വശത്താക്കിയിരുന്നു. അല്ലെങ്കിൽ ഞങ്ങളുടെ വിശപ്പ് അകറ്റുന്ന പരിപാടിക്ക് സഡൻ ബ്രേക്കിടേണ്ടി വന്നിരുന്നേനെ.

അങ്ങനെയിരിക്കെ ഒരു ദിവസം രാവിലെ കുർബാന കഴിഞ്ഞ് ആളുകൾ റോഡിലൂടെ തിരിച്ചു പോകുന്നതിനിടെ തൊട്ടയൽക്കാരൻ എന്റെ വീട്ടിലെത്തിയിട്ട്

മോനേ റോക്കി, മോൻ ഇന്ന് ഈ പാലൊന്ന് പള്ളീലച്ചന് കൊണ്ടുപോയി കൊടുക്കാമോ.

ഇന്ന് വീട്ടിലുള്ളവർ ഒരു സ്ഥലം വരെ പോയിരിക്കാണ്. അച്ചന് വാതം കാരണം ആട്ടിൻ പാലെ കുടിക്കാവൂന്നാ

പറഞ്ഞിരിക്കുന്നേ മോനേ എന്ന് പറഞ്ഞ് ഒരു കുപ്പി പാൽ എന്റെ നേരെ നീട്ടി.

"ഞാൻ കൊടുത്തേക്കാം ചേട്ടാ. ചേട്ടൻ പൊയ്ക്കോ. എന്ന് പറഞ്ഞ് പാല് വാങ്ങി ഞാൻ പള്ളിമേടയിലെത്തി. അവിടെ ആരേയും കാണാതായതോടെ കുശിനിക്കാരന്റെ മുറിയുടെ മുൻപിൽ കെട്ടിയിരിക്കുന്ന ഓട്ടുമണിയുടെ ചരടിൽ പിടിച്ചു വലിച്ചു. ണ്ടിം... ണ്ടിം.. എന്ന മണിയുടെ ശബ്ദം കേട്ട് പയ്യനായ കുശിനിക്കാരൻ അകത്തുനിന്നും

"ആരാ പുറത്ത് ബെല്ലടിക്കുന്നേ? "

"ഞാൻ റോക്കിയാടാ ജോസഫേ. അച്ചന് അയൽക്കാരൻ തന്നയച്ച പാൽ കൊടുക്കാൻ വന്നതാ,

"അച്ചന്റെ മുറിയിലെ ഡൈനിങ് ടേബിളിൽ വച്ചേക്ക് " ചേട്ടാ.

കുശിനിക്കാരൻ ഇങ്ങനെ പറഞ്ഞതോടെ ചാരിയിട്ടിരുന്ന ഡൈനിങ്ങ് ടേബിൾ ഇട്ടിരിക്കുന്ന മുറിയിലേക്ക് ഞാൻ കടന്നു. ഡൈനിങ് ടേബിളിൽ ഒരു പളുങ്ക് പ്ലേറ്റിൽ നിറയെ ചുവന്നു തുടുത്ത കവിളുകളുള്ള സുന്ദരികളുടെ മുഖത്തിന്റെ നിറമുള്ള ആപ്പിളുകളും, കടും മഞ്ഞനിറമുള്ള ഓറഞ്ചും കണ്ട് എന്റെ വായിൽ വെള്ളമൂറി.

ജീവിതത്തിൽ ഒരിക്കലും കാണാനോ, കഴിക്കാനോ പറ്റാതിരുന്ന ഇതൊക്കെ കണ്ടതോടെ ആർത്തി പൂണ്ട ഞാൻ ധൃതിയിൽ രണ്ട് ആപ്പിളും, രണ്ട് ഓറഞ്ചും എടുത്ത് മടിയിൽ പേടിയോടെ ഒളിപ്പിച്ചിട്ട് വാതിൽ ചാരി പുറത്ത് കടന്നു. എന്റെ ഭാഗ്യത്തിന് ആരേയും പുറത്ത് കണ്ടില്ല. പിന്നെ കുശിനിക്കാരനെ വിളിച്ചു പറഞ്ഞു.

"വാതിൽ ചാരിയിട്ടുണ്ട്. ഞാൻ പോവാണ്ട്ടൊ ജോസഫേ" എന്ന് പറഞ്ഞ് പെട്ടെന്ന് പുറത്ത് കടന്നു. വെപ്രാളത്തോടെ വീട്ടിലെത്തി മുറി അടച്ച് ആപ്പിളും, ഓറഞ്ചും പട്ടിണി കിടന്നവന് ആഹാരം കിട്ടിയ ആർത്തിയോടെ അകത്താക്കി. എന്തൊരു സ്വാദ്. പക്ഷേ അത് കഴിഞ്ഞതോടെ

എനിക്ക് പേടിയായി. ഞാൻ അച്ചന്റെ ആഹാരസാധനങ്ങളല്ലേ മോഷ്ടിച്ചത്. ദൈവകോപം ഉണ്ടാകില്ലേ. തന്നെയുമല്ലാ വേദപ്രമാണത്തിലെ കക്കരുത് എന്ന നിയമം ലംഘിച്ചില്ലേ. അത് കർത്താവ് പൊറുക്കുമോ. ഞാൻ നരകശിക്ഷ അനുഭവിക്കില്ലേ എന്നൊക്കെ തോന്നി. എനിക്ക് രാത്രി ഉറക്കമില്ലാതായി.

അടുത്ത വെള്ളിയാഴ്ച ഞാൻ ചെയ്ത പാപം ഏറ്റ് പറഞ്ഞ് കുമ്പസാരിക്കാമെന്ന് തീരുമാനിച്ചു. അന്നൊക്കെ വെള്ളിയാഴ്ച ദിവസങ്ങളിൽ മാത്രമെ കുമ്പസാരം ഉണ്ടായിരുന്നുള്ളു. ഞാൻ പള്ളിയിലെ കുമ്പസാര കൂടിനടുത്തെത്തി. കുറെ പേർ നിര നിരയായി അവിടെ കുമ്പസാരിക്കാൻ മുട്ടുകുത്തി നിൽക്കുന്നു. ഞാൻ ഏറ്റവും പുറകിൽ മുട്ടുകുത്തി. കുമ്പസാരം കഴിഞ്ഞവർ പാപങ്ങൾ ഏറ്റ് പറഞ്ഞ് ഈശോയെ ഈശോയെ എന്ന് പിറുപിറുത്ത് കൊണ്ട് വലതുകൈ നെഞ്ചത്തുവച്ച് പിൻവാങ്ങുന്നു. എന്റെ ഊഴം വന്നു. ഞാൻ അച്ചനരികിലെത്തി. അച്ചൻ

"എത്രനാളായി റോക്കി കുമ്പസാരിച്ചിട്ട്"

"രണ്ടുമാസം കഴിഞ്ഞച്ചോ"

"ഞായറാഴ്ച കുർബാന മുടക്കാറുണ്ടോ"

"ഇല്ലച്ചോ"

"ആരുടെ എന്തെങ്കിലും മോഷ്ടിച്ചിട്ടുണ്ടോ"

"ഉണ്ടച്ചോ". രണ്ട് ആഹാരസാധനങ്ങൾ മോഷ്ടിച്ചിട്ടുണ്ട്. വിശന്നിട്ടാണച്ചോ

"അച്ചോ അച്ചന് ചായക്ക് കഴിക്കാൻ വച്ചിരുന്ന ഡൈനിങ് ടേബിളിലെ ആപ്പിളും, ഓറഞ്ചും ആണ് ഞാൻ കട്ടെടുത്തത് എന്നെങ്ങാൻ പറഞ്ഞുപോയാൽ പിന്നെ എന്തെല്ലാം പുകിലായിരിക്കും ഉണ്ടാകാൻ പോകുന്നെ. ഇതറിയുന്നതോടെ മാതാപിതാക്കളുടെ അടിയും, തൊഴിയും കിട്ടില്ലേ. ആജീവനാന്തം വൈദികശാപം കിട്ടിയവനെന്നും, കള്ളനെന്നും ചീത്തപേര് കേൾക്കില്ലേ. എന്നൊക്കെ ഞാനോർക്കുന്നതിനിടെ അച്ചൻ

"മോനേ മോൻ ചെറുപ്പമല്ലേ. മേലിൽ ആരുടേയും ഒന്നും മോഷ്ടിക്കരുത്. മോൻ ചെയ്തുപോയ പാപം പൊറുക്കാൻ ഈശോയോട് പത്തു പ്രാവശ്യം സ്വർഗ്ഗസ്ഥനായ പിതാവേ എന്റെ പാപങ്ങൾ പൊറുക്കേണമേ എന്നും പത്ത് നന്മ നിറഞ്ഞ മറിയവും ചൊല്ലി മനസ്സുരുകി പ്രാർത്ഥിക്ക് "

"ശരി അച്ചോ" എന്ന് പറഞ്ഞ് ഞാൻ പിരിഞ്ഞു.

നിങ്ങളീ കഥ ആരോടും പറഞ്ഞേക്കല്ലേ?

6. രസകരമായ ഒരു ആശുപത്രി കഥ

വേദനാജനകങ്ങളായ അനുഭവങ്ങൾ നമുക്ക് ഓരോരുത്തർക്കും ജീവിതത്തിൽ അനുഭവപ്പെടാറുണ്ട്. അവയെ വാരിപുണരാനോ ഓർക്കുവാനോ നാമാരും ഇഷ്ടപ്പെടാറില്ല. ഭാഗ്യാനുഭവങ്ങളും സന്തോഷങ്ങളും പങ്കു വയ്ക്കാനും മറ്റുള്ളവരെ പറഞ്ഞു കേൾപ്പിക്കുവാനും അവരുടെ ആനന്ദം കണ്ടത്തുവാനുമാണ് നമ്മൾ ശ്രമിക്കുക. ഇതിനിടെ ഓർത്തോർത്ത് ചിരിക്കാനും ചിന്തിപ്പിക്കാനും പറ്റുന്നവയും സംഭവിക്കാറുണ്ട്. അത്തരത്തിലൊന്നിതാ.

ഭൂമിദേവിയുടെ വിരിമാറിലൂടെ മെല്ലെ മെല്ലെ ഇഴഞ്ഞു നീങ്ങുന്ന മലമ്പാമ്പിനെപ്പോലെ സ്വച്ഛവും ശാന്തവുമായി ഒഴുകുന്ന പെരിയാറെന്ന പുണ്യനദി. നദിയുടെ ഇരുകരകളിലും പുഴയെ മുത്തുക്കുട ചൂടിക്കാനെന്നവണ്ണം പുഴയിലേക്ക് ചാഞ്ഞുനിൽക്കുന്ന നടുവ് വളഞ്ഞ് കൂഞ്ഞിരിക്കുന്ന ചില്ലി തെങ്ങുകൾ. പുഴയെ പറ്റിപ്പിടിച്ച് കിടന്ന് അവളെ ചുംബിക്കുന്ന ഒറ്റം മുതൽ മറ്റേ അറ്റം വരെ നീണ്ടു കിടന്നിരുന്ന മണൽപ്പുറങ്ങൾ. അവയിൽ സദാ വീശിയടിക്കുന്ന കുളിർക്കാറ്റ്. അക്കരെ തലയെടുപ്പോടെ നിൽക്കുന്ന മലയാറ്റൂർ മല. മണപുറത്തിന് ബോർഡർ പിടിപ്പിച്ചിരിക്കുന്ന പോലെ പച്ചനിറമുള്ള പുൽത്തെറ്റകളും. ഇന്നവയെല്ലാം നഷ്ടസ്വപ്നങ്ങളായി മാറിയിരിക്കുന്നു.

നെൽകൃഷിയും ഈറ്റവെട്ടും പനമ്പുനെയ്ത്തും മറ്റുമായിരുന്നു ഞങ്ങളുടെ കുഗ്രാമത്തിലെ ഉപജീവനമാർഗ്ഗം. നാല് വയസ്സു മുതൽ പനമ്പ് നെയ്യുവാൻ നിർബന്ധിതരായിരുന്നു ഞങ്ങൾ. എൽ.പി സ്കൂളിലെ പഠനത്തോടൊപ്പം പനമ്പ് നെയ്ത്ത്. അഞ്ചാം ക്ലാസ് പാസ്സായപ്പോൾ അടുത്തുള്ള മലയാറ്റൂർ സെന്റ് തോമസ് യു.പി സ്കൂളിൽ മർദന വീരന്മാരായ അദ്ധ്യാപകരുടെ കീഴിൽ തുടർപഠനം. കൂവ്വപ്പടി ഗണപതിവിലാസം ഹൈസ്കൂളിൽ എസ്.എസ്.എൽ.സി പാസ്സായശേഷം ജോലിക്ക് വേണ്ടി എംപ്ലോയ്മെന്റിൽ പേര് രജിസ്റ്റർ ചെയ്തു.

വർഷങ്ങൾ കുറെ പിന്നിട്ടു. ഒരു ഇന്റർവ്യൂ കാർഡ് പോലും കിട്ടിയില്ലാ. പാർട്ട് ടൈം സ്വീപ്പറോ, പ്യൂണോ ആയി ജോലി ചെയ്യാമെന്ന സമ്മതപത്രം എഴുതി കൊടുത്താൽ വൈകാതെ ജോലി കിട്ടുമെന്ന് പലരും പറഞ്ഞു. അങ്ങനെ അതും എഴുതി സമർപ്പിച്ചു. ഏറ്റില്ല.

വയസ്സാണെങ്കിൽ 35. ഇനി സർക്കാർ ജോലിക്ക് കാത്തിരുന്നിട്ട് കാര്യമില്ല എന്ന് കൂട്ടുകാരും ബന്ധുക്കളും പറഞ്ഞു തുടങ്ങി. എങ്കിൽ ഇനി ഒരു കല്യാണം കഴിക്കാമെന്ന് വച്ചു. കല്യാണവും കഴിഞ്ഞു. നാലും രണ്ടും വയസ്സായ രണ്ടു കുട്ടികളുടെ പിതാവായി.

ഇപ്പോൾ 41 വയസ്സ് പിന്നിട്ടിരിക്കുന്നു. പനമ്പ് നെയ്ത് മുഷിഞ്ഞു. പകലന്തിയോളം പണി ചെയ്താലും കുട്ടികളുടെ പട്ടിണി മാറ്റാനുള്ള വകപോലും കിട്ടിയിരുന്നില്ല. ഒരു ദിവസം പനമ്പ് നെയ്യുന്നതിന് ഈറ്റ കിട്ടാതെ ഓലമേഞ്ഞ കുടിലിൽ വിഷാദത്തോടെ ഇരിക്കുകയായിരുന്നു. സമയം രാവിലെ പതിനൊന്ന്. ചെറുപ്പക്കാരനായ പോസ്റ്റുമാൻ വീടിന് മുൻപിൽ വന്ന് സൈക്കിളിന്റെ കിണിം കിണിം ബെല്ലടിച്ചു.

"ചേട്ടന് ഒരു ഇന്റർവ്യൂ കാർഡ്. ഒന്ന് ഒപ്പിട്ട് തന്നേക്ക്"

"ദാ വരുന്നു ബാബു" അകത്തുനിന്ന് കൊണ്ട് ഞാൻ വിളിച്ചു പറഞ്ഞു.

സന്തോഷത്തോടെ ഞാനാ കത്ത് വാങ്ങി. ഓണമാഘോഷിക്കാൻ കാശുകുടുക്കയിൽ സൂക്ഷിച്ചിരുന്ന നാണയ തുട്ടുകൾ കുടുക്ക പൊട്ടിച്ച് അതിൽനിന്നും പോസ്റ്റുമാൻ 25 രൂപ കൊടുത്തു. കുറെ അകലെയുള്ള സർക്കാർ ആസ്പത്രിയിൽ നിന്നാണ് ഇന്റർവ്യൂ കാർഡ്. ഇന്റർവ്യൂ കഴിഞ്ഞു. ഒരു മാസത്തിനകം പാർട്ട് ടൈം സ്വീപ്പറായി നിയമന ഉത്തരവും കിട്ടി.

പിറ്റേ ദിവസം വെളുപ്പിന് എഴുന്നേറ്റ് ദിനചര്യകൾ കഴിഞ്ഞ് ആസ്പത്രിയിലേക്ക് തിരിച്ചു. മെഡിക്കൽ ഓഫീസറുടെ അടുക്കൽ എത്തിയപാടെ

"രാവിലെ എട്ടുമുതൽ ഒന്ന് വരെയാണ് ഡ്യൂട്ടി. പുല്ലും കാടുമൊക്കെ ഉടൻ വൃത്തി യാക്കിയേക്കണം. അടുത്തമാസം ഡയറക്ടർ ആസ്പത്രി സന്ദർശിക്കാനെത്തും. നാളെ മുതൽ പണി ആരംഭിച്ചാൽ മതി". ഡോക്ടർ അറിയിച്ചു.

"എസ് സാർ,"

നാലുവശവും ചുറ്റുമതിലുള്ള ഒന്നരയേക്കർ വിസ്തൃതിയുള്ള ആശുപത്രി പറമ്പ്. നിറയെ ചൊറുങ്ങീനും വേനപ്പച്ചയും കാട്ടുവള്ളികളും വളർന്നു നിൽക്കുന്ന ചെറിയ വനം. നാല് ഡോക്ടർമാരും പത്തോളം സ്റ്റാഫും. കാടൊക്കെ വെട്ടി വൃത്തിയാക്കൽ ആരംഭിച്ചു. സ്റ്റാഫ് ആരും ഇതൊന്നും കണ്ടതായി നടിച്ചിരുന്നില്ലാ. തൂപ്പുകാരനെ ആര് മൈന്റ് ചെയ്യാൻ.

മൂന്ന് മാസം കഴിഞ്ഞപ്പോഴേക്കും അറ്റന്ററായി പ്രമോഷൻ ഓർഡർ ലഭിച്ചു. അതോടെയാണ് രസകരമായ സംഭവങ്ങളുടെ തുടക്കം. ഒരു പട്ടാളചിട്ടക്കാരനായ മെഡിക്കൽ ഓഫീസറും സ്റ്റാഫ് നേഴ്സും ഫാർമിസിസ്റ്റും എനിക്ക് പാരകൾ പണിയാൻ ആരംഭിച്ചു.

ഇപ്പോഴത്തെ രാഷ്ട്രീയക്കാരെപ്പോലെ അധികാര കസേരയ്ക്ക് വേണ്ടി തല്ലിടാതെ ഐക്യമുന്നണിയായി കീഴ്ജീവനക്കാരെ ഭരിക്കുന്ന മുക്കൂട്ട് മുന്നണി. ഇവർ എന്നെ ആനയെ ചട്ടം പഠിപ്പിക്കുന്നതുപോലെ കഠിനമായി ചട്ടപ്പടി പണിയെടുപ്പിച്ചു. ഇന്നും സായിപ്പിന്റെ അടിമത്തം ഇത്തരത്തിൽ സർക്കാർ സ്ഥാപനങ്ങളിൽ തുടരുന്നുണ്ട്. ഇതിനിടെ വീടിനടുത്ത ആസ്പത്രിയിലേക്ക് ട്രാൻസ്ഫറായി. മൂന്ന് മാസം പിന്നിട്ടപ്പോൾ നഴ്സിംഗ് അസിസ്റ്റന്റായി പ്രമോഷൻ കിട്ടി വീണ്ടും പഴയ ലാവണത്തിലെത്തി.

ഡോക്ടർ പേഷ്യന്റിന്റെ മുറിവുകൾ സ്റ്റിച്ചിടുമ്പോഴും കൈകാലുകൾ ഒടിഞ്ഞ് പ്ലാസ്റ്ററിടുമ്പോഴും മറ്റും സഹായിക്കുക, മുറിവുകളിൽ വയ്ക്കുന്ന പാഡുണ്ടാക്കുക, പാഡുകൾ സ്റ്ററിലൈസ് ചെയ്യുക, വെള്ളം ചൂടാക്കി അതിൽ ഡെറ്റോൾ ഒഴിച്ച് ചൂടാറിയ വെള്ളം മുറിവിൽ തുടച്ച് വൃത്തിയാക്കുക. ഇതൊക്കെയായിരുന്നു ഡ്യൂട്ടി. അതൊക്കെ

സഹപ്രവർത്തകയായ നഴ്സിംഗ് അസിസ്റ്റന്റ് പഠിപ്പിച്ചു തന്നു. എന്നാൽ ഫാർമസിസ്റ്റ് ഞങ്ങളുടെ ആവശ്യത്തിന് മാസത്തിലൊരിക്കൽ പോലും രണ്ടോ മൂന്നോ കൈകഴുകുന്ന സോപ്പോ ഒരു കുപ്പി ഡെറ്റോളോ തന്നിരുന്നില്ല. ഫാർമസിയിൽ നിന്നും ചെറിയ കുപ്പിയിൽ പകർത്തി കുറച്ച് ഡെറ്റോൾ, ഒരു സോപ്പ് രണ്ടാക്കി മുറിച്ചത് ഇവ തന്നിട്ട് പറയും,

"സോപ്പ് സൂക്ഷിച്ച് ഉപയോഗിക്കണേ."

"യെസ് സിസ്റ്റർ," എന്ന് പുച്ഛത്തോടെ മൂളുമായിരുന്നു.

ഐക്യമുന്നണി സിസ്റ്റർമാർ സോപ്പും ഡെറ്റോളും തങ്ങളുടെ വീടുകളിൽ കൊണ്ടുപോയി പട്ടികളെ കുളിപ്പിക്കലും വീട്ടുപയോഗങ്ങളും നടത്തുകയാണെന്ന് ആശുപത്രിയിലെ ജീവനക്കാർ പറയുമായിരുന്നു. ഇതിനൊരറുതി വരുത്തണമെന്ന് ഉറച്ചു. എനിക്ക് തന്നിരുന്ന സോപ്പ് നാലഞ്ചു ചെറുകഷണങ്ങളാക്കി ഡ്രസ്സിംഗ് റൂമിൽ സൂക്ഷിച്ചുവച്ചു.

ഒരു ദിവസം ഡോക്ടർ രോഗിയുടെ കയ്യിൽ പ്ലാസ്റ്ററിട്ടശേഷം കൈകഴുകാൻ സോപ്പ് ആവശ്യപ്പെട്ടപ്പോൾ സ് കൂൾ കുട്ടികൾ നോട്ടുബുക്കിൽ മായ്ക്കാൻ ഉപയോഗിക്കുന്നത്ര വലിപ്പമുള്ള സോപ്പ് കഷണം ഡോക്ടർക്ക് നീട്ടി. സോപ്പ് കഷണം കണ്ട് ഞെട്ടിയ അദ്ദേഹം എന്റെ നേരെ തുറച്ചുനോക്കിയ ഉടൻ,

"സർ ഇത് തന്നെ സൂക്ഷിച്ചുപയോഗിക്കണമെന്നാ സിസ്റ്റർമാർ പറഞ്ഞിരിക്കുന്നത്".

ഡോക്ടർ കാർമേഘം പോലെ കറുത്തിരുണ്ട മുഖഭാവത്തോടെ കൺസൾട്ടിംഗ് റൂമിലെത്തി കാളിംഗ് ബെല്ലടിച്ച് എന്നെ വിളിപ്പിച്ചിട്ട്

"സിസ്റ്റർമാരോട് വരാൻ പറയൂ."

ഞാനവരെ കൂട്ടി ഡോക്ടറുടെ അരികിലെത്തിയ ഉടൻ ഡോക്ടർ ഫാർമിസിസ്റ്റിനോട്

"ഇവർക്ക് ഡ്രസിംങ്ങിന് ആവശ്യത്തിന് സോപ്പും ഡെറ്റോളും കൊടുക്കാറുണ്ടോ സിസ്റ്ററേ?"

വിവരം മണത്തറിഞ്ഞിരുന്ന സിസ്റ്റർമാർ ഉടൻ,

"സർ, തെറ്റ് പറ്റിയതാണ്"

"ശരി മേലിൽ ഇതാവർത്തിക്കരുത്. ഇനി മുതൽ ഇവർക്ക് ആവശ്യത്തിനുള്ള സാധനങ്ങൾ സ്റ്റോർ തുറക്കുമ്പോഴൊക്കെ കൊടുത്തേക്ക്"

ഡോക്ടർ ദേഷ്യത്തോടെ പറഞ്ഞു.

ഇത്തരം മിടുക്കരായ ഡോക്ടർമാരും ഇന്നും സർക്കാർ ആസ്പത്രികളിലുണ്ട്. പിന്നീട് സിസ്റ്റർമാർ സ്റ്റോർ തുറക്കുമ്പോഴൊക്കെ ചോദിക്കുമായിരുന്നു.

"എടോ സോപ്പോ ഡെറ്റോളോ മറ്റോ വേണമെങ്കിൽ നേരത്തെ പറഞ്ഞേക്കണേ."

7. എന്നെ ജീവിക്കാൻ അനുവദിക്കൂ......

രാവിലത്തെ ചായകുടിയും ഉച്ചയൂണും മറ്റും ഹോട്ടലിൽ നിന്നും കഴിക്കാൻ തുടങ്ങിയിട്ട് വർഷങ്ങളായി. ഭാര്യ രാവിലെ തന്നെ പള്ളിയിൽ പോയാൽ തിരിച്ചെത്തുക എട്ട്മണി കഴിഞ്ഞിട്ടായിരിക്കും. അവൾ കൂട്ടുകാരുമൊത്ത് അസൂയയും കുശുമ്പും പരദൂഷണവും ഒക്കെ അവരവരുടെ സ്വന്തം ചാനലുകളിൽ നിന്നും ചർച്ച ചെയ്ത് കഴിഞ്ഞ് തിരിച്ച് എത്തുമ്പോഴേക്കും വയർ പണിമുടക്ക് ആരംഭിച്ചിരിക്കും. ഇരപ്പും ഊത്തും കൊണ്ട് എനിക്ക് വിശക്കുന്നേ എന്നറിയിച്ചുകൊണ്ടാണ് ഈ പ്രതിഷേധ സമരത്തിന്റെ തുടക്കം.

വയറിനെ പിണക്കിയാൽ വയറ്റിൽ ഗ്യാസ് നിറഞ്ഞ് അത് രോഗങ്ങൾക്കും പണ നഷ്ടത്തിനും ഇടവരുത്തും എന്ന് അനുഭവമുള്ളതിനാൽ കൂടിയാണ് കൃത്യസമയത്ത് പുറമെ നിന്നും ആഹാരം കഴിക്കാൻ തുടങ്ങിയത്. വീടിനടുത്ത് ചരിത്രപ്രസിദ്ധമെന്ന് കേൾക്കപ്പെടുന്ന ഒരു റോമൻ കത്തോലിക്കാ ദേവാലയവും ഇതിനോടടുത്ത് തന്നെ പള്ളി അങ്ങാടി എന്ന പേരിൽ അറിയപ്പെടുന്ന ജംഗ്ഷനുമുണ്ട്. പി.ഡബ്ല്യൂ.ഡി. റോഡിനോട് ചേർന്ന് തന്നെ ഒരു കുരിശടിയും. കുരിശടി രാജകീയ പ്രൗഢിയിൽ ഇപ്പോൾ പുതുക്കി പണിതുകൊണ്ടിരിക്കുന്നു. ഈ നാട്ടിൽ കുരിശടി കൃഷിക്ക് നല്ല വളക്കൂറുണ്ട്.

ഇവിടുത്തെ പള്ളി കവലയിൽ ധാരാളം ബസ് യാത്രക്കാരും, വിദ്യാർത്ഥി വിദ്യാർത്ഥിനികളും മഴയും വെയിലുംകൊണ്ട് കൂട്ടംകൂടി നിൽക്കുന്ന ദയനീയ കാഴ്ച കാണാം. കോടീശ്വരന്മാരുള്ള ഈ ജംഗ്ഷനിൽ ഒരു ബസ് കാത്തുനിൽപ്പ് കേന്ദ്രം പോലുമില്ലാ.

വിശപ്പിന്റെ വിളി അകറ്റാൻ അങ്ങാടിയിൽ പോകാമെന്ന് കരുതിയാൽ അവിടെ കൂലിപണിക്കാർക്കും സാധാരണക്കാർക്കും കഴിക്കാൻ പറ്റിയ കപ്പ, പയർ, പുട്ട് ഇവയൊന്നും കിട്ടില്ല. തന്നെയുമല്ലാ എട്ടാകുന്നതോടെ ഒന്നോ രണ്ടോ ചായകടകൾ ഉള്ളത് പൂട്ടിയിട്ടുണ്ടാകും.

ആയിരത്തോളം കത്തോലിക്കാ കുടുംബങ്ങളുള്ള ഇവിടെ മിക്കവാറും ദിവസങ്ങളിൽ മാമ്മോദീസ, മനസ്സമ്മതം, കല്യാണം, ശ്രാദ്ധം ഇവയ്ക്കൊക്കെ രണ്ടായിരം മൂവ്വായിരം പേർ പങ്കെടുക്കാറുണ്ട്. ഇതിന്റെ ആഘോഷസദ്യകൾ പള്ളി പാരിഷ് ഹാളിലാണ് നടത്താറ്. ആ സദ്യയിൽ പങ്കെടുക്കാൻ ദൂരെനിന്നും വരുന്നവർ ചായക്കടയിൽ നിന്നും ആഹാരം കഴിക്കുമോ എന്നാണ് ചായക്കടക്കാർ ചോദിക്കുന്നത്.

ഞങ്ങളുടെ നാട്ടിൽ എത്തിപെടാനും തിരിച്ചു പോകാനും ബസ് യാത്രക്കാർ മണിക്കൂറുകളോളം ബസ്സിനുവേണ്ടി കാത്ത് നിൽക്കണം. അതോടെ ഇവിടെ വരുന്നവർ ഈ നാടിന്റെ ദുരവസ്ഥയെ പറ്റിയും വികസനമുരടിപ്പിനെ പറ്റിയും ശപിക്കാറുണ്ട്. ഈ നാട് പോലെ ഒരു വികസനവുമില്ലാത്ത നാടില്ലത്രേ.

വിശപ്പ് അധീകരിക്കുമ്പോൾ ഒന്നര കിലോമീറ്ററോളം അകലെയുള്ള നൂറ്റാണ്ടുകളുടെ പഴക്കമുണ്ടെന്ന് കേൾക്കുന്ന ചരിത്രപ്രസിദ്ധമായ കല്യാണമണ്ഡപം, രാമായണ വായനാ മാസാചരണം, ദശാവതാരം ഇവയൊക്കെ നടത്തപ്പെടുന്ന ഒരു ഹൈന്ദവ ക്ഷേത്രത്തിന്റെ പ്രവേശന കവാടത്തിനരികെയുള്ള ചായക്കടയിൽ പോകാറാണ് പതിവ്. ഇവിടുന്ന് ഒരു പ്ലേറ്റ് ചെറു പയറും ഒരു കഷ്ണം പുട്ടും ഒരു ചായയും കൂടി കഴിച്ചാൽ ഉച്ചവരെ വിശക്കില്ലെന്ന് കേട്ടിട്ടുണ്ട്. സച്ചി എന്ന കടക്കാരന്റേയും ഭാര്യയുടേയും സൗമ്യമായ പെരുമാറ്റവും ആളുകളെ ആകർഷിക്കുവാൻ ഇടവരുത്തുന്നു.

വീടിന്റെ മുൻപിലൂടെ കടന്ന്പോകുന്ന ഏതെങ്കിലും ബൈക്കുകാരെ കൈകാണിച്ച് വണ്ടി നിറുത്തുമ്പോൾ അതിന്റെ പുറകിലിരുന്നാണ് ചായകുടിക്കാൻ പോകാർ. ചിലർ കാണാത്ത മട്ടിൽപോകും. മറ്റുചിലർ ഞാൻ ദാ തൊട്ടപ്പുറത്ത് ഇറങ്ങും എന്നൊക്കെ പറഞ്ഞ് ഒഴിഞ്ഞുമാറും.

സ്ഥിരം പരാതിക്കാരനാണെന്നും ശല്യക്കാരനാണെന്നും ഒക്കെ പറഞ്ഞാണ് മറ്റുള്ളവർ തന്നെ ബൈക്കിൽ കയറ്റാതിരിക്കുന്നതെന്ന് എന്റെ അടുത്ത സുഹൃത്തുക്കൾ എന്നോട് പറയാറുണ്ട്.

പതിവുപോലെ രാവിലെ ഞാൻ വീടിന്റെ മുമ്പിൽ നിന്ന് ചായകുടിക്കാൻ പോകാൻ റോഡിൽ നിന്നും ചില ബൈക്കുകൾക്ക് കൈ കാണിച്ചു. അവരൊക്കെ എന്നെ കാണാത്ത മട്ടിൽ കടന്നുപോയി.

രണ്ടോ മൂന്നോ പേരെ കൈ കാണിച്ചിട്ടും അവർ ബൈക്ക് നിറുത്തിയില്ല. അപ്പോഴേക്കും എന്നെ ഇടക്കിടെ വണ്ടിയിൽ കയറ്റിക്കൊണ്ടു പോകാറുള്ള കൂട്ടുകാരൻ എന്റെ അരികെ എത്തി "വാ ചേട്ടാ" എന്ന് പറഞ്ഞ് വണ്ടിയിൽ കയറ്റി. കൂട്ടുകാരൻ ചായക്കടയുടെ മുൻപിൽ വണ്ടി നിറുത്തി. ഞാൻ താങ്ക് യു പറഞ്ഞ് വണ്ടിയിൽ നിന്നിറങ്ങി. കടക്കകത്തേക്ക് കടന്നു. മൂന്ന് നാലുപേർ അകത്തിരുന്ന് ചായ കുടിക്കുന്നു.

എന്റെ അയൽക്കാരനായ സന്നി എന്ന പയ്യനും ചായ കുടിക്കുകയാണ്. പാവം പയ്യൻ. ചെറുപ്പത്തിലേ അപ്പച്ചൻ മരിച്ചു. ആകെ മൂന്ന് സെന്റ് സ്ഥലത്തെ ജനകീയാസൂത്രണ വീട്ടിലാണ് താമസം. ഇടയ്ക്ക് കാറ്ററിംഗ്കാർക്ക് പാലപ്പവും കിഴങ്ങുകയറിയും മറ്റും ഓർഡർ അനുസരിച്ച് ഉണ്ടാക്കി കൊടുത്താണ് ഉപജീവനം. ഭാര്യ ഇടയ്ക്ക് കൂലിപ്പണിക്ക് പോകും. രണ്ട് കുഞ്ഞു മക്കളുൾപ്പെടുന്ന കുടുംബം.

ഞാനൊരു വിത്തൗട്ട് ചായക്കും ഹാഫ് ചെറുപയർ കറിക്കും ഓർഡർ കൊടുത്തു. കടക്കാരന്റെ ഭാര്യ അത് രണ്ടും എന്റെ പക്കൽ കൊണ്ടുവച്ചു. മെല്ലെ ചായകുടി ആരംഭിച്ചതോടെ സന്നിയുടെ അയൽക്കാരനും കോൺട്രാക്ടറും പള്ളിയുടെ ജീവനാഡിയും പല നിർമ്മാണ പ്രവർത്തനങ്ങളുടെയും ചുക്കാൻ പിടുത്തക്കാരനും വികാരിയുടെ പ്രിയങ്കരനും ഇരുപത്തിയഞ്ചോളം സെന്റ് പുരയിടവും രണ്ടുനില കൊട്ടാരസദൃശ വീടുള്ളവനും ലാലൻ എന്നു പേരുമുള്ള മധ്യവയസ്കനായ മുതലാളി കടക്കകത്തേക്ക് കടന്നുവന്നിട്ട് എന്റെ അരികത്തിരുന്ന് ചായ കുടിച്ചുകൊണ്ടിരുന്ന അയൽക്കാരനോട്

"എടാ സന്നി നമ്മുടെ കപ്പേളകളുടെ പണികൾ നടക്കുന്നത് നീ കണ്ടില്ലേ. പകുതി പണിയേ തീർന്നുള്ളൂ. ഇനി പണിയണമെങ്കിൽ നിങ്ങളുടെയൊക്കെ സംഭാവന വേണം. നീ

ഇതുവരെ ഒന്നും തന്നില്ലല്ലോ. മറ്റുള്ളവരൊക്കെ ആയിരവും ആയിരത്തി അഞ്ഞൂറും ഒക്കെ തന്നുകഴിഞ്ഞു. വൈകീട്ട് ഞാൻ വീട്ടിലേക്ക് വരാം."

"വേണ്ടാ ചേട്ടാ നാല് കപ്പേളകളുടെ പണി അല്ലേ ഒരുമിച്ച് നടക്കുന്നത്. എല്ലാത്തിനും കൂടി സംഭാവന തരാൻ എനിക്ക് സാധിക്കോ ചേട്ടാ. കഴിഞ്ഞയാഴ്ചയാണെങ്കിൽ ഒരു പണിയും കിട്ടിയില്ലാ. വീട്ടിൽ കുഞ്ഞുങ്ങളും ഞാനും പട്ടിണിയായിരുന്നു."

എന്നെ ജീവിക്കാൻ അനുവദിക്കൂ എന്ന ധ്വനിയോടെയുള്ള കരച്ചിലിന്റെ അപേക്ഷയാണതെന്ന് എനിക്ക് തോന്നി.

ഈ സങ്കടം പറച്ചിൽകേട്ട് സന്നിയുടെ അരികത്തിരുന്നു ചായ കുടിച്ചുകൊണ്ടിരുന്ന എന്റെ കണ്ണിൽ നിന്നും ഞാനറിയാതെ രണ്ടു തുള്ളി കണ്ണുനീർ ഇറ്റിറ്റ് വീണു. ചായ കുടിച്ചുകൊണ്ടിരിക്കുന്ന മറ്റുള്ളവർ അത് കാണാതിരിക്കാൻ അവന്റെ ചായക്കാശ് കടക്കാരനെ ഏൽപ്പിച്ചിട്ട് വിഷമത്തോടെ ഞാൻ പുറത്തേക്കിറങ്ങി.

8. കള്ളന് കഞ്ഞിവച്ച കള്ളൻ രാമൻ

ഏകദേശം ഒരു നൂറ്റാണ്ടോളം മുൻപ് ഞങ്ങളുടെ അടുത്തുള്ള കോടനാട് ഗ്രാമത്തിൽ രാമൻ എന്ന് പേരുള്ള ഒരു കള്ളൻ താമസിച്ചിരുന്നു. അഞ്ചടി പൊക്കം. കടഞ്ഞെടുത്ത പോലുള്ള കൈ കാലുകൾ. വീപ്പകുറ്റി പോലുള്ള ശരീരം. ഒന്നു രണ്ടുപേരൊന്നും പിടിച്ചാൽ കീഴ്പെടുത്താൻ കഴിയാത്ത കരുത്തൻ.

പലതരം കളവുകളെപ്പറ്റി നാം കേട്ടിട്ടുണ്ടല്ലോ. എന്നാൽ അതിലൊന്നും പെടാത്ത ഒന്നായിരുന്നു രാമന്റെ കളവിന്റെ പ്രത്യേകത. അതെന്തന്നല്ലേ ആട്, കന്നുകുട്ടികൾ, കോഴി ഇവയെ രാത്രിയുടെ മറവിൽ മോഷ്ടിച്ച് തന്റെ വീടിനരികത്തുള്ള ആളൊഴിഞ്ഞ വീട്ടിൽ പാകപ്പെടുത്തി ഒറ്റയ്ക്ക് കഴിച്ച് സുഖലോലുപനും ഒറ്റയാനുമായി കഴിയുകയായിരുന്നു ടിയാൻ. നല്ല കറുപ്പു നിറമായിരുന്നതിനാൽ ഈ കരിമുട്ടനെ പകൽകണ്ടാൽ പോലും ആളുകൾ പേടിച്ചിരുന്നു.

രാത്രിയുടെ നിശബ്ദയാമങ്ങളിൽ കളവിനിറങ്ങും മുൻപ് ദേഹമാസകലം എണ്ണ പുരട്ടിയാണ് കക്ഷി പുറപ്പെട്ടിരുന്നത്. എണ്ണമയം മൂലം കളവിനിടെ തന്നെ പിടിക്കുന്നവരുടെ കയ്യിൽ എണ്ണമയം ആകും. അതുമൂലം രാമന് കുതറിമാറാൻ കഴിഞ്ഞിരുന്നതിനാൽ പലപ്പോഴും പിടിക്കപ്പെട്ടിരുന്നില്ല.

കുന്നുകളും പാറകൂട്ടങ്ങളും മലകളും നിറഞ്ഞ പ്രദേശമാണല്ലോ കോടനാട്. അക്കാലത്ത് ധാരാളം ഉയർന്ന ജാതിക്കാർക്ക് ഏക്കർ കണക്കിന് ഭൂമി ഇവിടെ സ്വന്തമായുണ്ടായിരുന്നു. ഭൂ ഉടമകളിൽ ചിലരൊക്കെ നാട്ടിലുണ്ടായിരുന്നില്ല. അവരുടെ വീടുകളിൽ ആൾ താമസമില്ലാതായത് രാമന്റെ സങ്കേതത്തെ സുരക്ഷിതമാക്കാനും ഇടയാക്കി.

അക്കാലത്ത് ഇന്നത്തെതുപോലെ റോഡ് സൗകര്യങ്ങളോ വാഹനസൗകര്യങ്ങളോ ഉണ്ടായിരുന്നില്ല. കാടും മരങ്ങളും നിറഞ്ഞ ഒറ്റയടി പാതകളിലൂടെ ആരുംതന്നെ രാത്രിയിൽ സഞ്ചരിച്ചിരുന്നില്ല. ഭൂത, പ്രേത പിശാചുക്കളെ പറ്റിയുള്ള

കേട്ടുകേൾവികളും ഭയവും അവരെ അലട്ടിയിരുന്നു. പകൽ യാത്രയിലും കള്ളന്മാരുടെ ശല്യം വഴിയിലുണ്ടായാലോ എന്ന ഭയവും യാത്രക്കാർ കുറയാൻ ഇടയാക്കി. പട്ടിണിമൂലം വിശന്ന് വലഞ്ഞിരുന്നപ്പോൾ മാത്രമാണ് ചിലർ കപ്പ, തേങ്ങ, വാഴക്കുല ഇവയൊക്കെ മോഷ്ടിച്ചിരുന്നത്. അതൊന്നും പോലീസ് കേസാക്കിയിരുന്നില്ല.

അന്ന് ബ്രിട്ടീഷുകാരുടെ ഭരണമായിരുന്നിവിടെ. കുറ്റകൃത്യങ്ങൾ തടയാൻ നിയോഗിക്കപ്പെട്ടിരുന്ന പോലീസുകാരുടെ വേഷം കൂമ്പൻ തൊപ്പിപ്പാളയുടെ ആകൃതിയിലുള്ള തൊപ്പിയും മുട്ടുകാലിന് തൊട്ടുമുകളിൽ വരെ എത്തുന്ന കാക്കി കളസവുമായിരുന്നു. അവർ അജാനബാഹുക്കളും ബലിഷ്ഠരുമായിരുന്നതിനാൽ അവരെ കണ്ടാൽ സാധാരണക്കാർ വരെ ഭയന്ന് വിറച്ചിരുന്ന കാലം. ഇതൊക്കെ ബ്രിട്ടീഷ് പോലീസുകാരുടെ പ്രത്യേകതകൾ ആയിരുന്നു.

കൊച്ചുകുഞ്ഞുങ്ങൾ അന്ന് ശാഠ്യം പിടിച്ച് കരയുന്നതോടെ അമ്മമാർ

''മോനേ ദേ പോലീസ് വരുന്നു'' ഒളിച്ചോ എന്ന് പറയുന്ന ഉടൻ കുട്ടികൾ കരച്ചിൽ നിറുത്തി അകത്ത് പോയി ഒളിക്കുമായിരുന്നു. ഇന്നൊക്കെ കുഞ്ഞുങ്ങൾ കരയുമ്പോൾ അമ്മ

''മോനേ പോലീസ് വരുന്നു കരയാതെ അകത്ത് പൊക്കോ''എന്ന് പറഞ്ഞാൽ ''ഫ പുല്ലെ'' എന്ന് പറഞ്ഞ് പുച്ഛിക്കും. കാലത്തിന്റെ ഒരു മാറ്റമേ.

ഉച്ചസമയത്ത് നമ്മുടെ നായകനായ രാമൻ തൊട്ടടുത്തുള്ള പ്രദേശങ്ങളിൽ ഒറ്റയ്ക്ക് പോലീസുകാരെ പോലെ റോന്ത് ചുറ്റും. റോന്ത് ചുറ്റുന്നതിനിടെ കണ്ണിൽപ്പെടുന്ന മൃഗങ്ങളെ കണ്ടാൽ നോട്ടം വയ്ക്കും. ഭൂരിഭാഗം ആളുകളും ഈ സമയത്ത് ഉറക്കമായിരിക്കും.

രാത്രിയിൽ അവയെ പൊക്കും. ആട് കരയാതിരിക്കാൻ വായ് കൂട്ടിപിടിച്ച് ശ്വാസം മുട്ടിച്ച് കൊന്ന് കൊണ്ടുപോയി തന്റെ ക്യാമ്പ്

ഹൗസിലെത്തി പാചകം ചെയ്ത് കഴിച്ച് സംതൃപ്ത
നാകുകയായിരുന്നു പതിവ്.

ഇങ്ങനെ ശല്യം തുടർന്നതോടെ ജനം പോലീസിൽ
പരാതിപ്പെടൽ പതിവായി. അതോടെ അവർ രാമനെ പൊക്കി
ലോക്കപ്പിലടച്ചു. ഓടിട്ട കെട്ടിടങ്ങളിലായിരുന്നു പോലീസ്
സ്റ്റേഷനുകളുടെ പ്രവർത്തനം. ഈ കെട്ടിടത്തിന്
മച്ചുണ്ടായിരുന്നതിനാൽ പുറത്ത് കടന്ന് രക്ഷപ്പെടൽ എളുപ്പ
മായിരുന്നില്ല. ലോക്കപ്പ് തേക്കിൻ തടികൾ അറുത്തെടുത്ത്
പണിതിരുന്നതും ബലമേറിയതും ആയിരുന്നു. രാമൻ
ലോക്കപ്പിലായതോടെ പോലീസുകാർ അവന്റെ അടുത്തുവന്ന്
കുശലം പറയാനും സൗഹൃദ സംഭാഷണങ്ങൾക്കും തുടക്കമിട്ടു.
എവിടെയാണ് മാംസം പാചകം ചെയ്യുന്നതെന്നും ഒരു
ദിവസംകൊണ്ട് അതൊക്കെ തിന്നു തീർക്കുമോ എന്നൊക്കെ
അവർ തിരക്കി. അവൻ വിവരങ്ങൾ എല്ലാം അവരുമായി ഒരു
കൂസലും കൂടാതെ പങ്കിട്ടു. സൗഹൃദം മൂത്തതോടെ ചില
പോലീസുകാർ അവനോട്

"എടാ രാമാ, ഞങ്ങൾ നിന്നെ രാത്രി ലോക്കപ്പ് തുറന്ന്
പുറത്തുവിടാം. പക്ഷേ നീ പാചകം ചെയ്യുന്ന ആഹാരം ഇവിടെ
കൊണ്ടുവന്ന് നമുക്കൊരുമിച്ച് കഴിക്കാം. വെളിച്ചെണ്ണയും
മുളകും മറ്റും ഞങ്ങൾ വാങ്ങിത്തരാം. പക്ഷെ ഒരു കാര്യമുണ്ട്.
നേരം വെളുക്കും മുൻപ് ആരും കാണാതെ ഇവിടെ തിരിച്ചു
വന്നേക്കണം. ഇടക്കെങ്ങാൻ ആളുകൾ പിടിച്ചാൽ ഞാൻ
ലോക്കപ്പ് ചാടി പോന്നതാണെന്നേ പറയാവൂ" അല്ലെങ്കിൽ
ഞങ്ങളുടെ പണി പോകും.

"ശരി തമ്പ്രാ" രാമൻ സമ്മതം മൂളി.

രാജാക്കന്മാരേയും, സർക്കാർ ഉദ്യോഗസ്ഥരേയും, കുറേ
വർഷങ്ങൾക്ക് മുമ്പ് ഉയർന്ന ജാതിയിൽപെട്ടവരെ പോലും
താഴ്ന്ന ജാതിക്കാർ തമ്പുരാൻ എന്ന് അർത്ഥം വരുംവിധം
തമ്പ്രാൻ എന്നാണ് വിളിച്ചിരുന്നത്.

ലോക്കപ്പിൽ കിടക്കുന്നതിനിടെ രാമൻ രണ്ടുമൂന്ന് തവണ
പുറത്തുപോയി ഇറച്ചിക്കറിയുമായി രാത്രിയിൽ പോലീസ്

സ്റ്റേഷനിൽ എത്തിയിരുന്നു. കുറേ കഴിഞ്ഞതോടെ രാമൻ വരുമ്പോൾ കറി കൊണ്ടുവരാതായി. അതോടെ അവർ

"എന്താ രാമാ നീ ഈയിടെ പുറത്ത് പോയി തിരിച്ചുവരുമ്പോൾ കറി കൊണ്ടുവരാത്തേ. എന്തു പറ്റി?"

"ഞാൻ രാത്രി മുഴുവൻ പാട്പെട്ട് തമ്പ്രാക്കൾക്ക് കറി മുഴുവേനും എത്തിച്ചിട്ട് അടിയന് അതിന്റെ പങ്ക് തരാത്തതോണ്ടാ തമ്പ്രാക്കളേ"

"പോട്ടെ രാമാ, ക്ഷമിക്ക്. ഞങ്ങള് ഇനി മുതല് രാമന്റെ പങ്ക് തന്നേക്കാം. ഉറപ്പ്.. പോരെ.."

"സെരി നോക്കട്ടെ തമ്പ്രാക്കളെ"

അതിന് ശേഷം രാമന് ഇറച്ചിക്കറിയുടെ വീതം കിട്ടിത്തുടങ്ങി. ഇതിനിടെ പോലീസുകാർ കുശലം പറച്ചിലിനിടെ

"നീ കള്ളന് കഞ്ഞിവച്ചവൻ തന്നെയടാ രാമാ സമ്മതിച്ചിരിക്കുന്നു"

നൂറ് വർഷം മുൻപ് നടന്ന ഈ പങ്കുവയ്ക്കൽ ഇന്ന് അഴിമതി, കൈക്കൂലി എന്നീ പേരുകളിൽ സർക്കാർ സ്ഥാപനങ്ങളിൽ തുടരുകയാണോ എന്ന് സംശയിക്കേണ്ടിയിരിക്കുന്നു.

9. ഒരു വാണം വിടൽ വരുത്തിയ വിനകൾ

കടഞ്ഞെടുത്ത പോലുള്ള കൈകാലുകൾ. കൈ വണ്ണയിലും കാലിലും ഫുട്ബോൾ പോലെ ത്രസിച്ചു നിൽക്കുന്ന മസിലുകൾ. കറുത്തിരുണ്ട ശരീരം. ഒരു കൊച്ചു രാക്ഷസന്റെ ആകൃതി.

ഇതാരാണന്നല്ലേ. ഞങ്ങളുടെ പള്ളി പറമ്പിലെ തെങ്ങ് കയറ്റക്കാരനായ ചന്ദ്രൻ എന്നു പേരുള്ള പുലയ യുവാവ്.

പള്ളിപ്പറമ്പിൽ പ്രായാധിക്യം, രോഗം ഇവകൊണ്ട് തലയുടെ താഴെ ഭാഗത്ത് കൂന് ബാധിച്ച് വളരെ ഉയരത്തിൽ നിൽക്കുന്ന ചില്ലി തെങ്ങുകളുടെ മണ്ടയിൽ കയറി ചന്ദ്രൻ അതിവേഗം തേങ്ങാക്കുലകൾ തുരു തുരാ വെട്ടി താഴേക്കിടുന്ന കാഴ്ച കാണേണ്ടത് തന്നെ.

ശ്വാസം ഉള്ളിലേക്ക് വലിച്ചും പുറത്തേക്ക് വിട്ടും തെങ്ങിന്റെ മണ്ടയിലേക്ക് കുതിച്ചു കയറുന്ന തെങ്ങ് കയറ്റ വിദഗ്ദ്ധനായിരുന്ന ചന്ദ്രൻ ദിവസം നൂറിലധികം തെങ്ങുകൾ കയറിയിരുന്നു.

കയറ്റം കഴിഞ്ഞാൽ ശരീര ശുദ്ധിക്ക് പള്ളി പറമ്പിനോട് ചേർന്ന മാലാഖ കടവിൽ പോയി കുളി പാസാക്കും. കുളി കഴിഞ്ഞാൽ ഉടൻ അടുത്തുള്ള കള്ള് ഷാപ്പിലേക്കാണ് യാത്ര. രണ്ട് മൺചട്ടി നിറയെ തിളച്ച് പൊങ്ങുന്ന പനങ്കള്ള് മെല്ലെ മെല്ലെ ആസ്വദിച്ച് കുടിക്കും.

അതിനിടെ ഷാപ്പിൽ ഇരുന്ന് കുടിച്ച് പൂസായവരുടെ തെറിപാട്ടും, വഴക്ക് കൂടലുകളും കേട്ട് മാടത്തിലേക്ക് തിരിക്കും. ഇതിനിടെ ഒന്ന് മയങ്ങും.

അക്കാലത്ത് പുലയർ താമസിച്ചിരുന്ന വീട് മാടം എന്ന പേരിലാണ് അറിയപ്പെട്ടിരുന്നത്.

ആറ് മുളംകാലുകൾ കുറുകെ നാട്ടിയിരിക്കുന്നതിന്റെ മുകളിൽ ലംബമായി ഒരു നീളം കൂടിയ മുള കെട്ടിയിട്ട് അതിന്

കുറകെ ഇടക്കിടെ മുള നെടുകെ പൊളിച്ചെടുത്തത് കെട്ടി കരിമ്പനയുടെയോ തെങ്ങിന്റെയോ ഓലകൊണ്ട് മേഞ്ഞവയായിരുന്നു മാടങ്ങൾ. ഇടക്കിടെ ഇതിന് തീ പിടിച്ച് കത്തി നശിച്ചിരുന്നു.

അക്കാലത്ത് ഏക്കർ കണക്കിന് ഭൂമി ഈ പ്രദേശത്തെ ബ്രാഹ്മണർക്കും നമ്പൂതിരിമാർക്കും ഉണ്ടായിരുന്നു. അവരുടെ ഭൂമിയിൽ അന്ന് തെങ്ങ്, വാഴ, കപ്പ, കരിമ്പ് കൃഷികളാണ് ചെയ്തിരുന്നത്. ഈ പറമ്പുകളിലെ തേങ്ങ, കപ്പ ഇവ പകലും രാത്രിയിലും കള്ളന്മാർ മോഷ്ടിച്ച് കൊണ്ടുപോകാതിരിക്കാൻ കാവലിനായി പുലയ കുടുംബങ്ങളെ താമസിപ്പിച്ച് കാവൽ ഏർപ്പെടുത്തുന്ന പതിവ് ഉണ്ടായിരുന്നു. ഈ കുടുംബങ്ങളിലൊക്കെ രണ്ടും മൂന്നും പട്ടികളേയും വളർത്തിയിരുന്നു. കള്ളന്മാർ പറമ്പിലെത്തിയാൽ പട്ടിക്കൂട്ടം ചാടിക്കുരച്ചു കൊണ്ട് എത്തിയിരുന്നതിനാൽ കള്ളന്മാരുടെ ശല്യം കുറവായിരുന്നു.

കത്തോലിക്കർ തിങ്ങി പാർക്കുന്നിടമാണ് ഞങ്ങളുടെ ഗ്രാമം. ഇവിടുത്തെ ഒരോ വീടുകളിലും അന്നൊക്കെ എട്ടും പത്തും കായ് ഫലമുള്ള തെങ്ങുകളുണ്ടായിരുന്നു. ഇവയിൽ നിറയെ തേങ്ങയും. അതിനാൽ തേങ്ങ ഇടുമ്പോഴൊക്കെ ഈ ഗ്രാമത്തിലെ പള്ളിയിൽ പെരുന്നാളുകൾ ആഘോഷിച്ചിരുന്നു എന്ന് അടുത്ത പ്രദേശത്തുള്ളവർ പറയുമായിരുന്നു. ഇന്നും അതിനൊരു കുറവും വന്നിട്ടില്ല.

ഭൂരിഭാഗം വീടുകളിലെയും ആണുങ്ങൾ കൗമാരപ്രായക്കാരുൾപ്പെടെ മാസങ്ങളോളം കിഴക്കൻ മലയിൽ പോയി ഈറ്റ വെട്ടി നാട്ടിൽ എത്തിച്ച് വിറ്റാണ് കുടുംബം പോറ്റിയിരുന്നത്. അത്രമാത്രം പട്ടിണിയും ദാരിദ്ര്യവുമായിരുന്നന്ന്. പക്ഷേ ആഘോഷത്തോടെയുള്ള പെരുന്നാളുകൾക്ക് അന്നും ഒട്ടും കുറവുണ്ടായിരുന്നില്ല.

ഇടവക മദ്ധ്യസ്ഥന്റെ പെരുന്നാളായിരുന്നു കെങ്കേമമായി നടത്തിയിരുന്നത്. ഇതിൽ പങ്കെടുക്കാൻ കിഴക്കൻ മലയിൽ ഈറ്റ വെട്ടാൻ പോയിരുന്നവർ ഭൂരിഭാഗവും നാട്ടിൽ എത്തിയിരുന്നു.

ആയിരക്കണക്കിന് രൂപയുടെ വെടിക്കെട്ട്, ബാന്റ്, ചെണ്ടമേളം ഇവയൊക്കെ അന്ന് ആഘോഷങ്ങൾക്ക് കൊഴുപ്പേകിയിരുന്നു. പ്രദക്ഷിണങ്ങളിൽ സ്ഥിരം അടിപിടി പതിവായിരുന്നു.

പെരുന്നാളിന് നാട്ടിലെ നാല്ക്കവലകളിലെല്ലാം മുളംകാലുകൾ നാട്ടിയിരിക്കുന്നവയിൽ വിവിധ വർണങ്ങളിലുള്ള മുത്തുക്കുടകൾ നിരനിരയായി വച്ച് കെട്ടിയിരുന്നു. മൂത്ത് പാകമാകാറായ വാഴക്കുലകളോടു കൂടിയ ചെറുവാഴകൾ അടിയറ്റം വച്ച് വെട്ടിയെടുത്ത് മുളം കാലുകളിൽ ചേർത്ത് കെട്ടിയും വാഴകൾ തുളച്ച് അതിൽ കൊച്ച് കൊച്ച് മൺ ചിരാതുകളിൽ തിരികളിട്ട് എണ്ണയൊഴിച്ച് കത്തിച്ച് രാത്രിയിൽ പ്രകാശം പരത്തിയിരുന്നതും അവിസ്മരണീയമായ കാഴ്ചകളായിരുന്നു.

പെരുന്നാളിന്റെ പ്രദക്ഷിണം നാൽക്കവലകൾ ചുറ്റി പള്ളിയിൽ എത്തുന്നതോടെ തെങ്ങ് കയറ്റക്കാരനായ ചന്ദ്രനും എത്തും. വെടിക്കെട്ട് കണ്ട് ആസ്വദിക്കാൻ മാത്രമായിട്ടാണ് ഈ വരവ്.

മുളം കുമ്പങ്ങളിൽ നിന്നും ഹോ..... ഹോ..... ഓ... എന്ന ഒച്ചയോടെ മുകളിലേക്ക് വർണ്ണ പൂക്കൾ ചൊരിഞ്ഞ് കൊണ്ട് അഞ്ചോ പത്തോ മുളം കുമ്പളങ്ങളിൽ നിന്നും ഓരോന്നോരോന്നായി റോക്കറ്റ് പോലെ ആകാശത്തിലേക്ക് ഭും എന്ന് ഉഗ്ര ശബ്ദത്തോടെ അതിവേഗത്തിൽ കുതിച്ചു പാഞ്ഞ് മുകളിലെത്തി ഉഗ്രസ്ഫോടനത്തോടെ പൊട്ടി വർണ്ണ വിസ്മയം തീർക്കുന്ന പെട്ടിയെന്ന് കേട്ടിരുന്ന അമിട്ടോ നമ്മുടെ കക്ഷിക്ക് ഇഷ്ടപെട്ടിരുന്നില്ലാ.

എന്നാൽ ഒരു മാർ നീളമുള്ള ഈറ്റ കീറി മേൽ കെട്ടിയ വാണം (പണ്ട് ഇതിനെ എലിവാണം എന്നാണ് വിളിച്ചിരുന്നത്) വെടിക്കെട്ടുകാരൻ കത്തിച്ച് വിടുന്ന വാണത്തിന്റെ ശക്തിയായ മുകളിലേക്കുള്ള കുതിപ്പ് കുറക്കാൻ അയാൾ നല്ലപോലെ നടുവ് വളച്ച് മുകളിലേക്ക് വിടുന്ന കാഴ്ചയാണ് ചന്ദ്രന് ഇഷ്ടപ്പെട്ടിരുന്നത്.

ആകാശത്ത് എത്തുന്നതോടെ തന്റെ വയറ്റിൽ നിന്നും ധാരാളം കുഞ്ഞുവാണങ്ങൾ ട്ടൊ ട്ടൊ ട്ടും ട്ടും എന്നൊക്കെ ഒച്ച പുറപ്പെടുവിച്ചുകൊണ്ട് പുറത്തേക്ക് കടക്കുന്നത് കാണുന്നതോടെ ചന്ദ്രൻ തുള്ളിച്ചാടി ഒച്ചവച്ചിരുന്നു.

ഇത്തരം വെടിക്കെട്ടുകൾ ഇടയ്ക്കിടെ കാണാനിടയായതോടെ തനിക്കും ഇങ്ങനെ ഒരു വാണം വിടാൻ ഭാഗ്യം കിട്ടണേ എന്ന പ്രാർത്ഥന കക്ഷിയുടെ മനസ്സിനെ അലട്ടിക്കൊണ്ടിരുന്നു.

ഏത് പ്രാർത്ഥനയും എപ്പോഴെങ്കിലും ദൈവം കേൾക്കുമെന്നും നടപ്പിൽ വരുമെന്നും ഒരു ചൊല്ലുണ്ടല്ലോ. തെങ്ങ് കയറ്റക്കാരനും അങ്ങിനെ ഒരവസരം കൈവന്നു.

ചന്ദ്രൻ ഇടവക മദ്ധ്യസ്ഥന്റെ പെരുന്നാൾ കഴിഞ്ഞ് വൈകാതെ പള്ളി പറമ്പിലെ തേങ്ങ ഇടാൻ എത്തി. തെങ്ങിന്റെ മണ്ടയിൽ മുകൾ ഭാഗം മാത്രം കത്തിയ നിലയിൽ ഒരു വാണം കണ്ണിൽപെട്ടു. താഴെ വന്നതോടെ ഇതിന്റെ കോല് എടുത്ത് മാറ്റി ആരും കാണാതെ വാണം ഉടുത്തിരിക്കുന്ന മുണ്ടിന്റെ കുത്തിൽ ഒളിപ്പിച്ചു. തെങ്ങ് കയറ്റം കഴിഞ്ഞ് അന്ന് ഷാപ്പിൽ പോകാതെ നേരെ മാടത്തിലെത്തി. മാടത്തിന്റെ മുകളിൽ ആരുടെയും കണ്ണെത്താത്ത ഒരിടത്ത് ഒളിപ്പിച്ചുവച്ചു.

പിറ്റേന്ന് മുതൽ രണ്ടു മൂന്ന് ദിവസം വെയിലത്ത് വച്ച് ഉണക്കിക്കൊണ്ടിരുന്നു. ഉണങ്ങിയെന്ന് തോന്നിയതോടെ വാണത്തിന്റെ കത്തിക്കുന്ന ഭാഗത്ത് കതിന കത്തിച്ചിരുന്നിടത്ത് നിന്നും എടുത്ത് സൂക്ഷിച്ചിരുന്ന വെടിമരുന്ന് എടുത്ത് മെല്ലെ മെല്ലെ ഇടിച്ചിറക്കി.

അടുത്ത ദിവസം മാടത്തിന്റെ കാലിന്മേൽ ഒരു ചകിരി കയർ എടുത്ത് അതിൽ കെട്ടി. അതിനുശേഷം തെങ്ങിന്റെ മൂന്ന് നാല് ഉണങ്ങിയ ഓല കൂട്ടിപ്പിടിച്ച് വാണത്തിന് തീ കൊളുത്തി. അതോടെ ശുര്..... ശുര്..... ശുര്..... എന്ന ഉഗ്ര ശബ്ദത്തോടെ തീ നാമ്പുകൾ നാലുപാടും ചീറ്റിക്കൊണ്ട് അത് അതിവേഗം വട്ടത്തിൽ കറങ്ങി.

ചന്ദ്രന്റെ ഭാര്യ ഈ സമയത്ത് കഞ്ഞിക്ക് തീ കത്തിക്കുകയായിരുന്നു. വാണത്തിന്റെ തീ പടർന്നതോടെ ചന്ദ്രൻ

"ഓടിക്കോടി പള്ളി കുറുമ്പേ... പള്ളിക്കുടിലെ വാണം വരണോടീ...മാടക്കാല് ചുറ്റി ഓടടീ... ഇമ്മടെ മാടം കത്തണേടീ... പുറത്തേക്ക് ഓടണേടീ...."

10. ഔസേപ്പിന്റെ കുരുട്ടുബുദ്ധി

ശാന്തി, സമാധാനം, ആപത്തുകളിൽ പരസ്പരം സഹായിക്കൽ ഇവയുടെയൊക്കെ വിള നിലങ്ങളായാണ് നാട്ടിൻ പുറങ്ങൾ പണ്ട് അറിയപ്പെട്ടിരുന്നത്. അതിനാൽ ഇവ ശുദ്ധ നാട്ടിൻ പുറങ്ങൾ എന്ന പേരിൽ അറിയപ്പെട്ടിരുന്നു. ഇന്നത് അങ്ങനെയാണെന്ന് പറയുവാൻ കഴിയുമോ? ഇന്നതിൽ പലതും അശാന്തിയുടെ കേന്ദ്രങ്ങളായി മാറിയിട്ടില്ലേ എന്ന് സംശയിക്കേണ്ടിയിരിക്കുന്നു. ആദരണീയനായ നമ്മുടെ രാഷ്ട്രപിതാവ് മഹാത്മജി ഗ്രാമങ്ങളുടെ സുന്ദരവും, സ്വയം പര്യാപ്തവുമായ വികസനം സ്വപ്നം കണ്ടിരുന്നു. ഇതിന്റെ സാക്ഷാത്കരണത്തിനാണ് സർക്കാർ ഗ്രാമസ്വരാജ് ആവിഷ്ക്കരിച്ചത്. എന്നാൽ വികസനം, പരിഷ്ക്കാരം, സ്ഥിതി സമത്വം ഇവ വെറും പാഴ്വാക്കുകളായി മാറികൊണ്ടിരിക്കുന്നു. വികസനം, ലിംഗ സമത്വം, ജാതി മത ദുരാചാരങ്ങൾ ഇവയൊക്കെ ഉപേക്ഷിക്കാൻ തയ്യാറാകാത്തവരാണ് ഭൂരിഭാഗം പേരും. പരിഷ്കാരം, വികസനം എന്നിവയൊക്കെ കടന്നു വരാൻ അനുവദിക്കാതെ അന്ധകാരത്തിന്റെയും, അന്ധവിശ്വാസ ങ്ങളുടെയും ഇരുമ്പ് മറയ്ക്കുള്ളിൽ നില്ക്കുന്ന കുറെയേറെ ഗ്രാമങ്ങളുണ്ട് എന്റെ നാടുൾപ്പടെ.

കുരുട്ടുബുദ്ധി, ചതി, റോഡ് കയ്യേറ്റം, ഇവയൊക്കെ കുറെക്കാലം മുൻപും നടന്നിരുന്നു. അത്തരത്തിലുള്ള ഒരു കഥയാണിത്.

പ്രകൃതി സുന്ദരമായ പെരിയാറിന്റെ തീരത്തെ ഒരു കൊച്ചുഗ്രാമം. നെൽകൃഷി, കപ്പ, വാഴകൃഷികളും കാലിവളർത്തലും ആയിരുന്നു ഇവിടുത്തെ ജനങ്ങളുടെ ഉപജീവനമാർഗ്ഗം. ഈ ഗ്രാമത്തിലെ റോഡരുകിൽ ഔസേപ്പ് എന്ന് പേരുള്ള ഒരു സാധാരണക്കാരനും, ഭാര്യയും രണ്ട് മക്കളും ഉൾപ്പെടുന്ന കുടുംബം താമസിച്ചിരുന്നു. ഔസേപ്പിന് സർക്കാരിന്റെ തടി ഡിപ്പോയിലായിരുന്നു വാച്ചർ ജോലി. മുട്ടിന് മുകളിൽ വരെ എത്തുന്ന ലൂസായി കിടക്കുന്ന കാക്കി നിക്കറും അരക്ക് താഴെ വരെ എത്തുന്ന കാക്കിയുടെ കോട്ടുമായിരുന്നു ഔസേപ്പിന്റെ കമ്പനി വേഷം.

ഇത് രണ്ടും ധരിച്ച് തല ഉയർത്തി ചുറ്റുപാടും മറ്റുളളവരെ ഒരാക്കലോടെ വീക്ഷിച്ച് പോലീസ് ഉദ്യോഗസ്ഥന്റെ ഗമയോടെയാണ് ടിയാൻ കമ്പനിയിൽ പോയിരുന്നതും മടങ്ങി വന്നിരുന്നതും, ഈ പോക്ക് കാണാൻ ചിലരൊക്കെ റോഡരുകിൽ കാത്തുനിന്നിരുന്നു. ഔസേപ്പിന്റെ ഭാര്യ കൂലിക്ക് പനമ്പ് നെയ്ത് കിട്ടുന്ന തുക കൊണ്ടാണ് വീട്ടുചിലവുകൾ നടത്തിയിരുന്നത്. ഭർത്താവിന് കിട്ടുന്ന മാസ ശമ്പളം പത്തോളം ചെമ്പിന്റെ നാണയങ്ങളായിരുന്നു. ഇവ ചക്രങ്ങൾ എന്ന പേരിലാണ് അറിയപ്പെട്ടിരുന്നത്. ഒരു ചക്രത്തിന് ഇന്നത്തെ വിലയനുസരിച്ച് നൂറ് രൂപയുടെ മൂല്യം വരുമായിരുന്നു. അക്കാലത്ത് ഇതിന്മേൽ ശംഖ് രൂപം ആലേഖനം ചെയ്തിരുന്നു.

ഇന്നത്തെ സ്വർണ്ണത്തിന്റെ മൂല്യം അന്ന് ചെമ്പിന് ലഭിച്ചിരുന്നതിനാൽ ഭൂരിഭാഗം വീടുകളിലും ചെമ്പുകലം, കുടം, ചെറിയ വാർപ്പുകൾ ഇവയൊക്കെ വാങ്ങി സൂക്ഷിച്ച് പണത്തിന്റെ ആവശ്യം വരുമ്പോൾ പണയം വച്ച് പണം വാങ്ങുന്നവർ ധാരാളം ഉണ്ടായിരുന്നു.

ശമ്പളം മാസത്തിലെ ഒന്നാം തിയതി കിട്ടുന്നതോടെ ഔസേപ്പ് കൺട്രോൾ കടയിലേക്ക് അരി, ചോളം ഇവ വാങ്ങാൻ യാത്രതിരിച്ചിരുന്നു. ഇന്നത്തെ റേഷൻ കടകൾ അന്ന് കൺട്രോൾ കട എന്നാണ് അറിയപ്പെട്ടിരുന്നത്. അക്കാലത്ത് എല്ലാ കുടുംബങ്ങൾക്കും തുല്യ രീതിയിലാണ് റേഷനാണ് ലഭിച്ചിരുന്നത്. ഇന്ന് ബി.പി.എൽ.,എ.പി.എൽ. തിരിവുകൾ ആക്കി മാറ്റിയിരിക്കുന്നു.

റേഷൻ വാങ്ങി തിരിച്ച് വീട്ടിലെത്തുന്നതോടെ മുമ്പ് പണയം വച്ചിരുന്ന ചെമ്പ് ഉരുപ്പടികൾ തിരിച്ചെടുത്താണ് ടിയാൻ വീട്ടിലെത്തുക. ഈ സമയത്ത് ഔസേപ്പിന് ശമ്പളം കിട്ടിയ വിവരം അറിഞ്ഞ് കടം വാങ്ങാൻ രണ്ടോ, മൂന്നോ പേർ കക്ഷിയുടെ വീട്ടുമുറ്റത്ത് ചിലപ്പോഴൊക്കെ ഒന്നോ രണ്ടോ പേർ കാത്ത് നില്ലുണ്ടാകും. ഒരു ദിവസം കാത്തുനിന്നവരിൽ ഒരാൾ ഔസേപ്പിനോട്

"ഔസേപ്പേ ഒരു അഞ്ച് ചക്രം കടം തരാമോ. ഞാൻ ഒട്ടുരുളിയോ, പാൽ കാച്ചുന്ന പാത്രമോ, ചെമ്പുപാത്രമോ

പണയം തരാം. കൊച്ചിനെ ആസ്പത്രിയിൽ
കൊണ്ടുപോകാനാ".

ഉടൻ ഔസേപ്പ്

"നിങ്ങളിത് കണ്ടില്ലേ ചേട്ടൻമാരേ. ഞാൻ കഴിഞ്ഞ
മാസം കടം വാങ്ങിയ പണം തിരിച്ചടയ്ക്കാൻ പണയം വച്ചിരുന്ന
പാത്രങ്ങളാണ് ഇത്. അതിൽ കുറച്ചേ തിരിച്ചെടുക്കാൻ
കഴിഞ്ഞുള്ളൂ. ബാക്കി എടുക്കാൻ കാശ് തികഞ്ഞില്ലാ ചേട്ടാ.
കയ്യിലുണ്ടെങ്കിൽ ഞാൻ തരാതിരിക്കോ."

ആരും കടം വാങ്ങാൻ വരാതിരിക്കാനുള്ള
കുരുട്ടുബുദ്ധിയാണ് ഔസേപ്പിന്റേതെന്ന് ക്രമേണ
ജനങ്ങൾക്കെല്ലാം ബോദ്ധ്യമായി..

11. ഒരു പോക്ക് വരത്തിന്റെ രസകരമായ പിന്നാമ്പുറങ്ങൾ

അഴിമതി, അനീതി, അവകാശ, നിതീ നിഷേധങ്ങൾ ഇത്തരം കാര്യങ്ങൾ തിരക്കി അറിയാനും എഴുതാനും നിത്യേന ടൗണിലേക്ക് രാവിലെ ഒൻപതിന് തിരിക്കുക എന്ന എന്റെ പരിപാടി മുടക്കാറില്ലാ. മിക്കവാറും ഇതിനിടെ ധാരാളം പേർ പരാതികൾ എഴുതിക്കാനും വീട്ടിലെത്താറുണ്ട്.

ഒരു ഫോൺ കോൾ അറ്റന്റ് ചെയ്ത് ഫോൺ താഴെ വച്ചതോടെ വീടിന് മുൻപിലെ കാളിങ് ബെൽ രണ്ടുമൂന്ന് തവണ ശബ്ദിച്ചു. ഞാൻ വാതിൽ തുറന്നു. പുഞ്ചിരിക്കുന്ന മുഖവുമായി ഒരു മദ്ധ്യവയസ്ക്കൻ അകത്തേക്ക് കടന്നുവന്നു.

"നമസ്ക്കാരം. ബുദ്ധിമുട്ടായയോ ചേട്ടാ. ഞാൻ ഒക്കലിലെ ഇടവൂർ നിന്നും വരുന്നതാ. ചേട്ടനെ ഞങ്ങളുടെ കവലയിൽ ഞാൻ ഇടക്കിടെ കാണാറുണ്ട്. ചേട്ടൻ നാട്ടിൽ നടക്കുന്ന പല കാര്യങ്ങളും രസകരമായ കഥകളാക്കി എഴുതാറുണ്ടെന്ന് കേട്ടു. എനിക്കുണ്ടായ ഒരനുഭവം നല്ലൊരു കഥയ്ക്ക് പറ്റിയതാണെന്ന് തോന്നുന്നു. ഇത് കഥയാക്കി എഴുതിയാൽ ജനങ്ങൾക്ക് ഉപകാരപ്പെടുമെന്ന് ഉറപ്പാണ്. ഞാൻ പറയട്ടെ.

" പറഞ്ഞോളൂ..താങ്കളുടെ പേര് പറഞ്ഞില്ലല്ലോ"

"എനിക്ക് തെറ്റി. ആദ്യമായി പരിചയപ്പെടുന്നവരോട് സംസാരം തുടങ്ങും മുൻപേ പേര് പറയണമെന്നാണല്ലോ വയ്പ്. എന്റെ പേര് ബഷീർ. ഭാര്യയും രണ്ടു മക്കളുമുണ്ട്. ഇടവൂർ കവലയിൽ ചെറിയൊരു പെട്ടിക്കട നടത്തി ഉപജീവനം നടത്തുന്നു."

"ശരി. ഇനി കഥയുടെ കാര്യം പറയൂ"

"ഞാൻ ആറുമാസം മുൻപ് വീടിനടുത്ത് ആറ് സെന്റ് ഭൂമി വാങ്ങി. കുന്നത്തുനാട് (ഇപ്പോൾ പെരുമ്പാവൂർ) രജിസ്ട്രാഫീസിൽ ഭൂമി രജിസ്റ്റർ ചെയ്തു. രജിസ്ട്രേഷൻ

കഴിഞ്ഞതോടെ പ്രിന്റ് ചെയ്ത മൂന്ന് പേപ്പറുകളിൽ അവിടവിടെ പൂരിപ്പിച്ചിരുന്നത് രജിസ്ട്രാർ എനിക്ക് തന്നിട്ട്

"ബഷീറേ ഇത് അടുത്തുള്ള വില്ലേജാഫീസിൽ കൊണ്ടു കൊടുത്തേക്ക്. ഭൂമി തന്റെ സ്വന്തം പേരിലാക്കിയിരിക്കുന്നു എന്നതിനുള്ള രേഖ അഥവാ പോക്ക് വരത്തിനുള്ളതാണിത്. ഒരു മാസത്തിനകം രേഖ തനിക്ക് കിട്ടും".

"വളരെ ഉപകാരം സർ"

എന്ന് പറഞ്ഞ് ഞാൻ വില്ലേജാഫീസിലേക്ക് തിരിച്ചു. അവിടെ എത്തി പോക്ക് വരത്ത് കടലാസ് ഓഫീസിൽ ഏല്പിച്ചതോടെ

"ഒരു മാസം കഴിഞ്ഞ് വന്നാൽ മതിയെടോ.. കുറച്ച് സമയം പിടിക്കും"

ഒരു മാസം പിന്നിട്ടപ്പോൾ ഞാൻ വില്ലേജിൽ എത്തിയിട്ട്

"സാർ ഞാൻ ബഷീർ. ഒരു പോക്ക് വരത്തിനുള്ള കടലാസ് ഇവിടെ തന്നിരുന്നു. അത് ശരിയായിട്ടുണ്ടോ എന്നറിയാൻ വന്നതാ"

"എടോ അത് ആയിട്ടില്ലാ. കുറേക്കൂടി സമയം എടുക്കും. ഇടക്കിടെ വന്ന് നോക്ക്. ഇത്രയും പറഞ്ഞ് നിർത്തിയ ശേഷം

ബഷീർ എനിക്ക് നേരെ നോക്കിയിട്ട്

"എന്റെ ചേട്ടാ ഞാൻ ഇടക്കിടെ അവിടെ ചെന്നോണ്ടിരുന്നാൽ എന്റേയും കുടുംബത്തി ന്റേയും അരി പ്രശ് നം മുടങ്ങില്ലേ? മറുത്തു പറഞ്ഞാൽ വീണ്ടും വീണ്ടും ബുദ്ധിമുട്ടിച്ചാലോ എന്ന് കരുതി ഞാൻ തിരിച്ചു പോന്നു."

വില്ലേജാഫീസിലാണെങ്കിൽ അന്ന് ലാന്റ് ഫോൺ പോലും ഉണ്ടായിരുന്നില്ലാ. തൊട്ടരികത്തെ പഞ്ചായത്താഫീസിലെ ഫോണായിരുന്നു വില്ലേജ്കാർക്ക് അന്ന് ശരണം.

ഞാൻ അവർ പറഞ്ഞിരുന്ന സമയത്ത് വില്ലേജിലെത്തി
വിവരം തിരക്കിയതോടെ

"ബഷീറേ ഇന്നത്തെ പേപ്പർ വായിച്ചോ. കളക്ടറുടെ
പ്രസ്താവന ഇനി ആറുമാസം കഴിഞ്ഞേ പോക്കു വരവുകൾ
നടത്തൂ എന്ന്. ഞങ്ങൾ എന്ത് ചെയ്യാൻ."

ഞാൻ വിഷാദത്തോടെ വില്ലേജിന്റെ വരാന്തയിലെ
തിണ്ണയിൽ രണ്ടു മൂന്ന് പേർ ഇരുന്നതിനടുത്ത് ഇരുപ്പുറപ്പിച്ചു.

"എന്ത് പറ്റി കൂട്ടുകാരാ"

അടുത്തിരുന്നവരിൽ ഒരാൾ ചോദിച്ചു.

"ഞാനൊരു പോക്ക് വരത്ത് കടലാസ് വാങ്ങാൻ
വന്നതാ. മൂന്ന് നാല് പ്രാവശ്യമായി ഇവിടെ കയറി ഇറങ്ങുന്നു.
ഇവർ തരുന്നില്ലാ"

"ഇത് നിങ്ങളുടെ കയ്യിൽ നിന്നും അവർക്ക് കൈക്കൂലി
കിട്ടാൻ നടത്തിക്കുന്നതാ. എന്നേം മുൻപ് ഇങ്ങനെ കുറേ
നടത്തിച്ചിരുന്നു. നിങ്ങൾ ഒരു കാര്യം ചെയ്യ്. ഇപ്പോൾ
പെരുമ്പാവൂരിലിരിക്കുന്ന തഹസിൽദാർ ചെല്ലപ്പൻ നായർ എന്ന്
പേരുള്ളയാളാ. ആള് പുപ്പുലിയാ, കർക്കശക്കാരനും.
പേപ്പറിലൊക്കെ വായിക്കാറില്ലേ? ഒന്ന് ചെന്ന് നോക്ക് "

"ശരി. ഞാൻ പോയി നോക്കട്ടെ. നന്ദി"

എന്ന് പറഞ്ഞ് പിറ്റേന്ന് രാവിലെ
പതിനൊന്നായപ്പോഴേക്കും ഞാൻ താലൂക്ക് ഓഫീസിലെ
ചെല്ലപ്പൻ സാറിന്റെ മുറിയിലെത്തി

"നമസ്ക്കാരം സർ. ഞാൻ ഒരു പോക്ക് വരത്തിന്റെ
സങ്കടം പറയാൻ വന്നതാ".

ഞാൻ വിവരങ്ങൾ വിശദമായി അദ്ദേഹത്തോട് പറഞ്ഞു.
ഉടൻ അദ്ദേഹം

"താനൊരു കാര്യം ചെയ്യ്. ഒരു പ്രാവശ്യം കൂടി താൻ വില്ലേജിൽ ചെന്ന് എന്റെ പോക്ക് വരത്ത് കടലാസ് തരണമെന്ന് പറഞ്ഞിട്ട് തന്നില്ലെങ്കിൽ നേരെ ഇങ്ങോട്ട് വന്നേക്ക്"

ഞാൻ പതിവുപോലെ വില്ലേജിൽ എത്തിയിട്ട്

"എന്റെ കടലാസ്സ് ശരിയായയോ സാർ"

"എടോ കഴിഞ്ഞ തവണ താൻ വന്നപ്പോൾ ഞങ്ങൾ പറഞ്ഞില്ലേ ഉടനെ കിട്ടില്ലെന്ന്"

"ശരി സർ" എന്ന് അല്പം ദേഷ്യത്തോടെ പറഞ്ഞിട്ട് ഞാൻ പെരുമ്പാവൂരിലെ താലൂക്ക് ഓഫീസിലേക്ക് കരഞ്ഞുകൊണ്ട്

"സർ എനിക്ക് അവർ ഇന്നും പോക്ക് വരത്ത് കടലാസ് തന്നില്ലാ"

"ശരി. തനിക്ക് ആ ഓഫീസിനോട് ചേർന്നുള്ള പഞ്ചായത്താഫീസിലെ ഫോൺ നമ്പർ അറിയാമോ"

"അറിയാം സർ. ഞാൻ നമ്പർ പറഞ്ഞുകൊടുത്തു"

അതോടെ അദ്ദേഹം പഞ്ചായത്തിലേക്ക് വിളിച്ചിട്ട്

"ഫോൺ ഒന്ന് നിങ്ങളുടെ അടുത്തുള്ള വില്ലേജോഫീസർക്ക് കൊടുക്കണേ എന്ന് വിളിച്ചു പറഞ്ഞു"

പഞ്ചായത്തിലെ ആൾ ചെന്ന് വിവരം വില്ലേജിൽ പറഞ്ഞതോടെ പൗലോസ് എന്ന വില്ലേജോഫീസർ വന്ന് ഫോൺ എടുത്തിട്ട്

"നമസ്ക്കാരം സർ. ഞാൻ പൗലോസാണ് സർ".

"എടോ ഒരു പോക്ക് വരത്ത് കടലാസിന് ഇന്നവിടെ ബഷീർ എന്നയാൾ വന്നിരുന്നോ?"

"ഉവ്വ് സർ"

"എന്നിട്ട് കൊടുത്തോ"

"ഇല്ല സർ. കളക്ടറുടെ പ്രസ്താവന ഇന്നത്തെ പേപ്പറിലുണ്ടായിരുന്നു. അതാ കൊടുക്കാതിരുന്നേ"

"എടോ കഴിഞ്ഞ തവണത്തെ കാര്യം ഓർമ്മയുണ്ടോ തനിക്ക്"

"ഉണ്ട് സർ. സോറി സർ. ഇന്ന് തന്നെ കൊടുത്തേക്കാം സർ"

എന്ന് ഭവ്യതയോടെ പറഞ്ഞു ഫോൺ കട്ടായി. ഞാൻ തിരിച്ച് വില്ലേജിലെത്തിയപാടെ ഓഫീസർ കടലാസ് നീട്ടിയിട്ട്

"എടോ താനെന്തിനാ തഹസീൽദാരെ കണ്ടത്. ഞങ്ങൾ പോക്ക് വരത്ത് നടത്തി തരുമായിരുന്നില്ലേ"

"ഇത്തരം അഴിമതിക്കാരെ നിലക്ക് നിറുത്തിയിരുന്ന മേലാധികാരികളെ ഇന്ന് കണികാണാൻ കിട്ടുമോ സർ.

പിന്നീട് ബഷീറിന്റെ കഥ ഞാനയാളെ വായിച്ചു കേൾപ്പിച്ചു. സർ നന്നായിട്ടുണ്ട്. നന്ദി. അയാൾ പറഞ്ഞു. അതോടെയാണ് ഞാൻ അഴിമതി കഥകൾ എഴുതാൻ ആരംഭിച്ചത്.

12. ഒരു പോസ്റ്റൽ വുമണിന്റെ വികൃതി

ജീവിതത്തിലെ വില മതിക്കാനാവാത്ത സുന്ദരവും ശാന്തവും സുഖദായകവുമായ കാലഘട്ടമാണ് ബാല്യ കൗമാരങ്ങൾ എന്നാണല്ലോ നമ്മളിൽ പലരുടെയും കേട്ടറിവും ധാരണയും. സത്യത്തിൽ അത് ചിലർക്കെങ്കിലും കയ്പേറിയതും വേദനാജനകവും ദുരിത പൂർണ്ണവും ആയിരു ന്നു എന്നതും നാം കാണാതെ പോവുന്നു.

മാതാപിതാക്കളുടെയും ബന്ധുമിത്രാദികളുടെയും കൊഞ്ചിക്കലും താലോലിക്കലും സ്നേഹ വാത്സല്യങ്ങളും അനുഭവിച്ചാസ്വദിച്ച് വളർന്ന് വലുതാവാൻ കഴിഞ്ഞിരുന്ന ഭാഗ്യവാന്മാരും ധാരാളം കണ്ടേക്കാം. മറിച്ചും ഏറെ പേർ ബാല്യം മുതലേ ജീവിതത്തിൽ അതൊന്നും അനുഭവിക്കാനോ ആസ്വദിക്കുവാനോ കഴിയാതെ വളർന്നിരുന്നവരുടെ കഥകളും നമ്മൾ കേട്ടിട്ടുണ്ടാകും.

കുറേയേറെ പട്ടിണിയും ദുരിതവും സഹിച്ചാണ് ബാല്യകാലം പിന്നിടാൻ കഴിഞ്ഞത് എന്ന സങ്കടം ജീവിതം സായാഹ്നത്തിൽ എത്തിനിൽക്കുമ്പോഴും ഇടയ്ക്കിടെ മനസ്സിനെ വേദനിപ്പിക്കുന്നു.

എൽ.പി സ്കൂൾ പഠനം കഴിഞ്ഞതോടെ ഞാൻ ഉൾപ്പെടെ രണ്ട് മൂന്ന് പേർ പുഴക്ക ക്കരെയുള്ള ഒരു കത്തോലിക്ക സ്കൂളിലാണ് ചേർന്നത്. അന്ന് കത്തോലിക്കരായ കുട്ടികൾ അതേ മതത്തിൽ പെട്ടവരുടെ സ്കൂളിലെ പഠിക്കാവൂ എന്ന് കത്തോലിക്ക പള്ളികളുടെ തിട്ടൂരമുണ്ടായിരുന്നു. അതുമൂലം ഏറെ കഷ്ടപ്പാടുകളും ദുരിതങ്ങളും ഞങ്ങൾക്ക് അനുഭവിക്കേണ്ടി വന്നിരുന്നു.

കടത്ത് കടവിൽ ഒരു കൊച്ചു വള്ളത്തിൽ മഴക്കാലത്ത് കര കവിഞ്ഞൊഴുകിയിരുന്ന കുത്തൊഴുക്കുള്ള പുഴയിലൂടെ ജീവൻ പണയംവച്ച് ശ്വാസം അടക്കി പിടിച്ചായിരുന്നു ഞങ്ങളുടെ വഞ്ചിയാത്ര. രാവിലെ ആററമണിയാകുമ്പോഴേക്കും ഞങ്ങളുടെ ദുരിതപൂർണ്ണമായ പഠന യാത്ര ആരംഭിക്കും. അക്കരെ എത്തിയ ശേഷം നാല് കിലോമീറ്റർ ദൂരം ഓടിയും നടന്നുമായിരുന്നു അത്.

ഓട്ടത്തോടെ രാവിലെ കഴിച്ചതെല്ലാം ദഹിച്ചിരുന്നു. ഉച്ചഭക്ഷണം വീട്ടിലെ ദാരിദ്ര്യം മൂലം കൊണ്ടുപോകാൻ കിട്ടിയിരുന്നില്ലാ. എട്ടുമണിക്ക് തന്നെ സ്കൂളിന്റെ തൊട്ടരികത്തുണ്ടായിരുന്ന കന്യാസ്ത്രീ മഠത്തിലെത്തി വേദോപദേശം പഠിക്കൽ നിർബന്ധമായിരുന്നു. ഒൻപതരയാകുമ്പോൾ അതായത് ഫസ്റ്റ് ബെല്ലടിക്കുമ്പോൾ തൊട്ടരികെയുള്ള സ്കൂളിൽ ഓടിയെത്തണം.

സ്കൂളിൽ എത്തി ക്ലാസ് ആരംഭിക്കുന്നതോടെ തളർന്ന് ഞാൻ ഡസ്ക്കിൽ ചരിഞ്ഞ് കിടക്കുമായിരുന്നു. ഈ സ്കൂളിലെ രണ്ട് മൂന്ന് അദ്ധ്യാപകർ കഠിനമായ ശിക്ഷാരീതികൾ അന്ന് നടപ്പാക്കിയിരുന്നു. പട്ടിയെപ്പോലെ പിച്ചലും മാന്തലും ഒരുവശത്ത്. മറുവശത്ത് വലിയ ചൂരൽ പ്രയോഗക്കാരൻ. അടുത്തയാൾ കോൽപേന ചെവിയിൽ വച്ച് തിരിച്ച് ചെവി തുളക്കാൻ കേമൻ. ഇമ്പോസിഷനാണെങ്കിൽ അഞ്ഞൂറും ആയിരവും പ്രാവശ്യം എഴുതിക്കും.

സമീപത്തെ ചില കത്തോലിക്ക സ്കൂളുകളിലും ഒരു പതിനഞ്ച് കൊല്ലം മുമ്പ് വരെ കന്യാസ്ത്രീകൾ നടത്തിയിരുന്ന സ്കൂളുകളിൽ ഇത്തരത്തിലുള്ള പല പ്രാകൃതമായ ശിക്ഷകൾ നടപ്പാക്കിയിരുന്നുവെന്ന് കേൾക്കാൻ ഇടയായിട്ടുണ്ട്.

കൂടെയുള്ളവർ ഈ പീഡാനുഭവങ്ങൾ മൂലം ഒരു കൊല്ലം പൂർത്തിയാകും മുമ്പേ പഠനം നിറുത്തി വീട്ടിലേക്ക് യാത്ര പറഞ്ഞ് പിരിഞ്ഞു. സ്കൂളിൽ ഒരു വായനശാലയുണ്ടായിരുന്നു. ഇതിൽ മുട്ടത്ത് വർക്കിയുടെ പൈങ്കിളി കഥകളും പൊൻകുന്നം വർക്കിയുടെ തന്റെ മതത്തിലെ പുഴുക്കുത്ത് കളെപ്പറ്റിയുള്ള പുസ്തകങ്ങളും വായനയ്ക്ക് കിട്ടിയിരുന്നത് അനുഗ്രഹമായി.

ക്ലാസെടുക്കുന്ന സമയത്ത് ഞാൻ ലൈബ്രറി പുസ്തകങ്ങൾ വായിക്കാൻ സമയം കണ്ടെത്തിയിരുന്നു. അദ്ധ്യാപകർ ഇത് കണ്ടുപിടിച്ചിരുന്നെങ്കിലും അവർ ഒന്ന് രണ്ട് തവണ എഴുന്നേൽപ്പിച്ച് നിറുത്തിയതല്ലാതെ മറ്റൊരു ശിക്ഷയും നൽകിയിരുന്നില്ല.

ഒരു പിരിഡ് കഴിഞ്ഞ് അടുത്ത ടീച്ചർ ക്ലാസിൽ വരുമ്പോൾ ഞാൻ വായനയിൽ മുഴുകി എഴുന്നേൽക്കാതിരുന്നാൽ പോലും അവർ എന്റെ അരികത്ത്

വരികയോ എഴുന്നേൽക്കാൻ ആവശ്യപ്പെടുകയോ
ശാസിക്കുകയോ ചെയ്തിരുന്നില്ലാ. ഡസ്കിനടിയിൽ പുസ്തകം
വച്ച് വായിച്ചുറങ്ങുന്നത് കാണാനിടയാകുന്ന അദ്ധ്യാപകർ
പറയും

"അയാളെ വിളിച്ചുണർത്തേണ്ടാ. അയാൾ ഭാവിയിലെ
മുട്ടത്ത് വർക്കിയോ പൊൻകുന്നം വർക്കിയോ
ആകാനുള്ളവനാ"

ഇത് കേട്ടിരുന്നതോടെ എന്റെ മനസ്സിലും ഒരു
എഴുത്തുകാരനാകണമെന്ന പൂതി അന്ന് തോന്നാതിരുന്നില്ല.

ഏഴാം സ്റ്റാൻഡേർഡിൽ നിന്നും പാസ്സായതോടെ വീടിന്
മൂന്ന് കിലോമീറ്റർ മാത്രം അകലെയുള്ള സ്കൂളിലായി പിന്നത്തെ
പഠനം. സ്കൂളിൽ പോകുന്ന വഴിയരികിൽ അന്ന് വിശാലമായ
പുരയിടങ്ങളുണ്ടായിരുന്നത് എനിക്കും എന്നെയും അനുഗമിച്ച്
കൂടെപോന്നിരുന്ന സഹപാഠികളുടെയും വിശപ്പ് അകറ്റാൻ
സഹായകരമായി. പറമ്പിൽ കപ്പ, പൈനാപ്പിൾ
കൃഷികളായിരുന്നു അധികവും. അവ കൂട്ടുകാരുമൊത്തു
പോകുന്ന വഴി പറിച്ചെടുത്ത് പട്ടിണിയിൽ നിന്നും കുറച്ചൊക്കെ
മോചനം നേടിയിരുന്നു.   നിറയെ മാങ്ങയുള്ള മാവുകളിലെ
പച്ചമാങ്ങകൾ എറിഞ്ഞ് ചാടിച്ചും, പ്ലാവിന്റെ തൊട്ട് മുകളിലുള്ള
ചക്കകളുടെ ഞെട്ടി പിരിച്ചുവച്ച് പഴുക്കുന്നതോടെ തിന്നും
ഞങ്ങളൊക്കെ ആരോഗ്യവാന്മാരും ഉന്മേഷവാന്മാരും
സംതൃപ്തരുമായി.

പുതുതായി ചേർന്ന സ്കൂളിൽ തുന്നൽ, ബുക്ക്
ബൈന്റിംഗ് പരിശീലനങ്ങളും ഡ്രിൽ (ബായേം മൂഡ്, പീച്ചേം
മൂഡ്, സ്കൗട്ട് (കായികപരിശീലനങ്ങൾ) ഫുട്ബോൾ, ടെന്നീസ്,
ഓട്ടം, ചാട്ടം ഇവക്കൊക്കെ പിരിയഡുകൾ. ഇവയിലൊക്കെ
പങ്കെടുത്തതോടെ മനസ്സിന് സന്തോഷവും നവോന്മേഷവും
കൈവന്നു.

പഠനത്തിന്റെ വിരസത അകറ്റാൻ കൊച്ചു കൊച്ചു
കഥകളും തമാശകളും ഇടക്കിടെ പറഞ്ഞ് മനസ്സിനെ
സജ്ജമാക്കുമായിരുന്നു അദ്ധ്യാപക അദ്ധ്യാപികമാർ. ഒരു
മായിക ലോകത്തിലെത്തിയ സുഖപ്രദമായ അനുഭൂതി.

കൂട്ടുകാരുമൊത്തുള്ള വികൃതികളും കുസൃതികളും. ഇവയൊക്കെ മായാതെ, മറയാതെ നിറഞ്ഞ് നിന്ന് മനസ്സിൽ കുളിര് കോരിയിരുന്നു.

സ്കൂൾ വായനശാലയിലാണെങ്കിൽ വിജ്ഞാനപ്രദങ്ങളായ മഹാന്മാരുടെ ജീവചരിത്ര പുസ്തകങ്ങൾ, വിജ്ഞാനപ്രദങ്ങളായ ലേഖന സമാഹാരങ്ങൾ. ലോക പ്രശസ്തരായ കുറ്റാന്വേഷണ നോവലിസ്റ്റുകളായ ഷേർലക് ഹോംസിന്റെയും, ജോനാതൻ ആർതറിന്റെയും നോവലുകൾ. അത് എന്നിൽ ഒരു കുറ്റാന്വേഷകന്റെ അന്വേഷണ രീതി എന്റെ ജീവിതത്തിൽ ചിലയിടത്തൊക്കെ പ്രയോഗിക്കാൻ അവസരം ഒരുക്കിയിരുന്നു.

ഞാൻ കുറ്റാന്വേഷകരുടെ നോവൽ വായനക്ക് ഇവിടെ തുടക്കം കുറിച്ചു. സ്കൂൾ കയ്യെഴുത്ത് മാസികയിൽ ചില കഥകൾ എഴുതി. എന്റെയുള്ളിൽ ഒരു ഡിറ്റക്ടീവ് ഉടലെടുത്തു. കാലങ്ങൾ പിന്നിട്ടതോടെ എല്ലാം വിസ്മൃതിയിലാണ്ടു.

ഈയിടെ എന്റെ ഒരു അടുത്ത ബന്ധുവിന്റെ മകൾക്ക് വളരെ അകലെനിന്നും ഒരു കല്യാണാലോചന വന്നു. അവിടുത്തെ പോസ്റ്റൽ അഡ്രസ്സും കിട്ടി. രഹസ്യവിവരങ്ങൾ അറിയാൻ ഫോണിനേക്കാൾ സുരക്ഷിതം എഴുത്ത്കുത്ത് ആണല്ലോ. അതുകൊണ്ട് ഞാൻ ഒരു പോസ്റ്റൽ കവറിൽ ചെറുക്കൻ വീട്ടുകാരുടെ നാട്ടിലെ ബാങ്ക്, പോലീസ് സ്റ്റേഷൻ, പള്ളി, സഹകരണബാങ്ക് ഇവയുടെയൊക്കെ വിവരങ്ങൾ അറിയാൻ സ്ഥലത്തെ പോസ്റ്റ്മാന്റെ പേരിൽ ഒരു കത്തയച്ചു.

കവറിലയച്ചിരുന്ന കത്തിനോടൊപ്പം നൂറ് രൂപാ നോട്ട് കൂടിവച്ചാണ് കത്ത് അയച്ചത്. ഒരാഴ്ചക്കകം ഫോൺവിളി വന്നു.

"ഹലോ ഹലോ റോക്കിയല്ലേ?"

"അതെ"

"നിങ്ങൾ അയച്ച കത്തിന്റെ അഡ്രസ് തെറ്റിയിട്ടില്ലല്ലോ"

"ഇല്ല. അഡ്രസിനോടൊപ്പം പിൻകോഡും വച്ചിട്ടുണ്ടല്ലോ"

"അല്ലാ തെറ്റിയോ എന്നറിയാൻ വിളിച്ചതാ" ഒരു സ്ത്രീ ശബ്ദമായിരുന്നത്.

നാലഞ്ചുദിവസം പിന്നിട്ടു. ഞാനയച്ച അതേ പോസ്റ്റൽ കവറിലെ അഡ്രസിന് മുകളിൽ ചുവന്ന പേനകൊണ്ട് വലിയ ഗുണനചിഹ്നം പോലെ വെട്ടി എന്റെ അഡ്രസിൽ ലെറ്റർ തിരിച്ചു കിട്ടി.

പോസ്റ്റൽ കവർ പൊട്ടിച്ചപ്പോൾ എന്റെ കത്തിനോടൊപ്പം അതിലൊരു ചെറിയ കടലാസിൽ ഇങ്ങനെ എഴുതിയിരിക്കുന്നു

പോസ്റ്റ് വുമൺ

ഈ കത്തിൽ നിന്ന് വ്യക്തമായിട്ടും ഒന്നും തന്നെ മനസ്സിലായില്ല.

1. വ്യക്തികളെക്കുറിച്ച് അറിയുവാൻ പോലീസ് സ്റ്റേഷനിൽ അന്വേഷിക്കുക.

2. സ്ഥലത്തിന്റെ കാര്യങ്ങളറിയാൻ വില്ലേജിൽ അന്വേഷിക്കുക.

3. വണ്ടിയുടെ കാര്യങ്ങളറിയുവാൻ ആർ.ഡി.ഒ യിൽ അന്വേഷിക്കുക.

4. സ്കൂളുകൾ, ആരാധനാലയങ്ങൾ, അമ്പലം, അനാഥാലയങ്ങൾ ഇത്യാദി കാര്യങ്ങളില്ലാത്ത ഒരു സ്ഥലവുമില്ലാ.

(എല്ലായിടത്തും, അനാഥാലയങ്ങളും, സ്കൂളുകളും ഉണ്ടത്രേ. അപാരമായ അറിവിന്റെ ഉറവിടമേ നിനക്ക് എന്റെ ഊഷ്മളമായ അഭിവാദ്യങ്ങൾ)

കവറിനകത്ത് വച്ചിരുന്ന നൂറിന്റെ നോട്ട് അപ്രത്യക്ഷമായിരുന്നു. അതെങ്ങനെ മായാജാലമെന്ന വണ്ണം ലെറ്ററിൽ നിന്നും കാണാതായി.

13. ഇന്നു ഞാൻ നാളെ നീ

കാലവും ലോകവും ആരേയും കാത്തുനിൽക്കാതെ അതിവേഗം ബഹുദൂരം കടന്നുപോകും എന്ന യാഥാർത്ഥ്യം വാർദ്ധക്യത്തിലേക്ക് കാലൂന്നിയപ്പോഴാണ് ബോധ്യമായത്. അവകാശ-നീതി- നിഷേധങ്ങൾ, അഴിമതി, അനീതികൾ ഇവയ് ക്കെതിരെ നിലക്കാത്ത പടയോട്ടം നടത്തിയപ്പോൾ ജീവിതവും സ്വന്തം പോക്കറ്റിലെ പണവുമാണ് നഷ്ടപ്പെടുന്നതെന്ന യാഥാർത്ഥ്യം കാണാതെ പോയി.

അധികാരത്തിന്റെ മൂർച്ചയുള്ള പടവാളേന്തിയ ഭരണാധികാരികളും കപട രാഷ്ട്രീയ കോമരങ്ങളും തനിക്കെതിരെ ഉറഞ്ഞു തുള്ളുകയായിരുന്നു. കള്ളക്കേസുകളുടെയും ഇല്ലാത്ത അഴിമതി ആരോപണങ്ങളുടെയും ഭീഷണികളുടെയും പ്രതികാരങ്ങളുടെയും ഖഡ്ഗങ്ങൾ കൊണ്ടവർ അടിച്ചമർത്തിയപ്പോഴും സിരകളിൽ അടങ്ങാത്ത ആവേശത്തിന്റെ തീജ്വാലകൾ അണയാതെ കത്തിപ്പടരുകയായിരുന്നു. പ്രതികാരാഗ്നിയിൽ തന്റെ പണവും സമയവും ആയുസ്സും എരിഞ്ഞടങ്ങി. നിനച്ചിരിക്കാത്ത അതിഥിയായി പ്രായവും രോഗവും കൂടി വിരുന്നെത്തിയപ്പോൾ ഉള്ളിന്റെയുള്ളിൽ നൊമ്പരങ്ങളുടെ തീനാളങ്ങൾ ഉടലെടുത്തു.

തനിക്കിപ്പോൾ 65 വയസ്സായിരിക്കുന്നുവെന്ന് വിശ്വസിക്കുവാൻ ബുദ്ധിമുട്ട് തോന്നി, വൃദ്ധൻ, അപ്പൂപ്പൻ, കിളവൻ വിളികൾ പലയിടങ്ങളിലും വെച്ച് കേൾക്കുന്നത് ഉൾക്കൊള്ളുവാൻ കഴിയാതെ പലരോടും ആവശ്യമില്ലാതെ തട്ടിക്കയറി. വൃദ്ധർക്ക് മുതിർന്ന പൗരൻ സീനിയർ സിറ്റിസൺ എന്ന് കേൾക്കുവാൻ ഇമ്പമുള്ള നിർവചനങ്ങൾ നൽകിയും ട്രെയിനിലും ബസിലും ചാർജ് ഇളവ്, റിസർവേഷൻ, സീറ്റ്, ജനകീയാസൂത്രണ പദ്ധതിയിൽ നൂറിൽ ഒന്നര ശതമാനം ഫണ്ട് വിഹിതം ഇതൊക്കെ സർക്കാർ പ്രഖ്യാപിച്ചു.

തന്റെ പഞ്ചായത്ത് ഒരു രൂപ പോലും മുതിർന്ന പൗരൻ പദ്ധതിയിൽ അനുവദിക്കാതെ അതുകൂടി വികലാംഗർക്കും ശിശുക്കൾക്കും നൽകിയതിനെതിരെ പരാതിപ്പെട്ടപ്പോൾ കുറ്റക്കാർക്കെതിരെ നിയമസഭാസമിതി തെളിവെടുപ്പിൽ മേലധികാരികൾ ഒരു ശിക്ഷാനടപടിയും സ്വീകരിച്ചില്ലല്ലോ എന്നോർത്തപ്പോൾ സങ്കടം തോന്നി. ഡൽഹിയിലെ ചൂലുകൾ കേരളത്തിൽ ഇടത് വലത് രാഷ്ട്രീയക്കാർക്കെതിരെ ബുദ്ധിജീവികളും വിദ്യാസമ്പന്നരുമായ വോട്ടർമാർ എന്തുകൊണ്ട് പ്രയോഗിക്കുന്നില്ല എന്നും ഒരു നിമിഷം ചിന്തിച്ചുപോയി. നമുക്കൊരു മാറ്റം ആവശ്യമല്ലേ! ഇടത് വലത് ഒത്തുകളി ഭരണത്തിനെതിരെ.

കൃത്യനിഷ്ഠയോ വിശ്രമമോ ഇല്ലാത്ത ജീവിതം ശരീരത്തെ ഇഞ്ചിഞ്ചായി കാർന്നുതിന്നുന്ന മാരകരോഗങ്ങൾക്ക് അടിമയാക്കിയിരിക്കുന്നു. മുടങ്ങാതെ മരുന്നുസേവയും മാസത്തിലൊരിക്കൽ ചെക്കപ്പും വേണമത്രേ. വീട്ടിൽ മക്കളുടെയും മരുമക്കളുടെയും ശാപവാക്കുകൾ.

"കാർന്നോരുടെ ഒരു ഒടുക്കത്തെ ചുമ, മുറ്റത്ത് തുപ്പി തുപ്പി കുഞ്ഞുങ്ങളെപ്പോലും രോഗികളാക്കും, വൃത്തിയും മെനയുമില്ലാത്ത മുതുക്കൻ ചാവാതെ മറ്റുള്ളവരെക്കൂടി മെനക്കെടുത്താൻ കിടക്കുകയാണ്, ഭൂമിക്ക് ഭാരായീട്ട്" എന്നും മറ്റുമുള്ള കൂരമ്പുകൾ മനസ്സിൽ തറയ്ക്കും വിധമുള്ള ശാപവാക്കുകൾ.

നല്ല പ്രായത്തിൽ കുടുംബത്തിനും മക്കൾക്കും വേണ്ടി തന്റെ ജീവിതം ബലി കൊടുത്തതിനുള്ള മരുമകളുടെ ശാപവാക്കുകൾ. നാട്ടുകാർക്കും വീട്ടുകാർക്കും വേണ്ടാത്ത അധികപറ്റുകൾ.

പ്രായമായി മാതാപിതാക്കൾ കിടപ്പിലാകുമ്പോൾ അവരെ സന്ദർശിക്കാനെത്തുന്നവർ കാണാതിരിക്കാൻ ഇടുങ്ങിയ മൂലയിൽ കാറ്റും വെളിച്ചവും എത്താത്ത ഒരു മുറി ഗുഡ്ഡൂസ് മുറി അവർക്കുവേണ്ടി ഒഴിച്ചിട്ടിരിക്കും. ചിലരെ വഴിയോരങ്ങളിലും അനാഥാലയങ്ങളിലും മാനസിക രോഗികളുടെ കേന്ദ്രങ്ങളിലും മക്കൾ തള്ളിവിടുന്ന

ദൈവത്തിന്റെ സ്വന്തം നാട്. അതോ പിശാചിന്റെ നാടോ? ഇതൊക്കെ ഓർത്തപ്പോൾ വേദനയുടെ പര്യായങ്ങളായ കണ്ണുനീർ തുള്ളികൾ അറിയാതെ ഇറ്റിറ്റായി അടർന്നുവീണു.

അയ്യോ മറന്നു, ഇന്ന് ആശുപത്രിയിൽ പോകേണ്ട ദിവസമാണ്. വേഗം ദിനചര്യകൾ പൂർത്തിയാക്കി ബസ് സ്റ്റോപ്പിൽ എത്തി. ബസിന്റെയുള്ളിൽ നിറയെ തോളിൽ തൂക്കിയിട്ട എടുക്കാൻ പറ്റാതത്ര ഭാരമുള്ള പുസ്തകഭാണ്ഡം വഹിക്കാൻ വിധിക്കപ്പെട്ട പത്തും പന്ത്രണ്ടും വയസ്സായ വിദ്യാർത്ഥി വിദ്യാർത്ഥിനികൾ വൃദ്ധരുടെയും വികലാംഗരുടെയും റിസർവേഷൻ സീറ്റ് കൈവശമാക്കിയിരിക്കുന്ന ഉദ്യോഗസ്ഥകളായ യുവതികൾ. ഒരു വിധം ബസിൽ കയറിക്കൂടി. അകത്തു കടന്നയുടനെ കിളിയുടെ ശകാരം.

"അങ്ങ് മുന്നിലോട്ട് നീങ്ങ് കാർന്നോരെ". വന്നപാടെ പുറകിൽ പായ വിരിച്ച് കിടപ്പായല്ലോ. ഈ ശകാരം കേട്ടതോടെ പയ്യെ പയ്യെ മധ്യഭാഗത്തേക്ക് നീങ്ങി. അപ്പോൾ വീണ്ടും കണ്ടക്ടർ

"ഇത്രയും പ്രായമായില്ലെ കാർന്നോരെ. മൂക്കിൽ പല്ല് മുളച്ച് തുടങ്ങിയല്ലോ. ആ പെണ്ണുങ്ങളുടെ ഇടയിൽ നിന്ന് ഒന്ന് പുറകോട്ട് നീങ്ങന്നേ". തൊട്ടുരുമ്മാൻ നിൽക്കുന്നതാണോ. താൻ നാണം കെട്ട് പുറകോട്ട് മാറി.

അവശ രോഗിയെപ്പോലെ ഏങ്ങിവലിഞ്ഞ് വണ്ടി ഒരു വിധം കാലടി ശ്രീശങ്കര പാലത്തിലെത്തി. റോഡ് നീളെ വാഹനങ്ങൾ തലങ്ങും വിലങ്ങും ബ്ലോക്കായി കിടക്കുന്നു. അതിനിടെ

"അധികാരികൾ നീതി പാലിക്കുക, കാലടി പാലം പണി ഉടൻ ആരംഭിക്കുക, കാലടിയിലെ ഗതാഗതക്കുരുക്ക് പരിഹരിക്കുക".

എന്നീ മുദ്രാവാക്യം വിളികളോടെ വാഹനങ്ങൾ തടഞ്ഞ് ജാഥയായി ഒരു കൂട്ടം ആളുകൾ നീങ്ങുന്നു. ഇതിനിടയിലൂടെ സമർത്ഥനായ ഡ്രൈവർ വണ്ടി കുത്തിക്കയറ്റി സ്റ്റാന്റിലെത്തിച്ചു. ഒരുവിധത്തിൽ അങ്കമാലിക്കുള്ള ബസിൽ കയറി. മറ്റൂർ

ജംഗ്ഷനിൽ എത്തിയതോടെ മൈക്ക് ഫിറ്റ് ചെയ്ത
വാഹനത്തിൽ നിന്നും കാതടപ്പിക്കുന്ന ശബ്ദത്തിൽ

"ഇതാ മറ്റൂരിന്റെ രാജവീഥികളിലൂടെ ആയിരങ്ങൾ
അണി നിരന്നിരിക്കുന്ന പ്രൗഢ ഗംഭീരമായ പ്രദക്ഷിണം,
വാദ്യമേളങ്ങളുടെയും മുത്തുകുടകളുടെയും അകമ്പടിയോടെ
ഇതാ കടന്നുവരുന്നു. അനുഗ്രഹിക്കൂ ആശീർവദിക്കൂ, വിശുദ്ധ
അന്തോണീസിന്റെ അനുഗ്രഹങ്ങൾ ഏറ്റുവാങ്ങൂ"

സ്ത്രീകളും കുട്ടികളും അടങ്ങുന്ന റോഡ് തിങ്ങി നിറഞ്ഞ
പള്ളി പ്രദക്ഷിണം ഇതോടെ ആശുപത്രിയിൽ ചെന്ന് ഇന്ന്
ഡോക്ടറെ കാണുവാൻ പറ്റുമോ എന്നുള്ള ആശങ്ക മനസ്സിൽ
ഉദിച്ചു. ഒരു മണിക്കൂർ ഇവിടെയും പിന്നിട്ടു. ഒരുവിധം
പതിനൊന്നായപ്പോഴേക്കും ആശുപത്രി യിലെത്തി. ഡോക്ടറെ
കണ്ടു, വിവരങ്ങൾ പറഞ്ഞപ്പോൾ

"അപ്പച്ചാ മരുന്ന് കൃത്യമായി കഴിക്കണേ ഡോക്ടർ
പറഞ്ഞു"

മരുന്ന് വാങ്ങാൻ കാശിന് ആൺമക്കളുടെ ആട്ടും തുപ്പും
കേൾക്കണമെന്ന് ഡോക്ടർക്കറിയോ. വല്ലപ്പോഴും ഒരിക്കേ
കിട്ടിക്കൊണ്ടിരിക്കുന്ന വാർധക്യ പെൻഷൻ 1600 രൂപ
കൊണ്ടാണ് താൻ തട്ടിമുട്ടി പോകുന്നത്. ഇത് ഒന്നിനും തികയില്ല.
കൈയ്യിലുണ്ടായിരുന്ന പൈസ കൊണ്ട് അത്യാവശ്യം മരുന്നുകൾ
വാങ്ങി ബസ് സ്റ്റോപ്പിലെത്തി. കാലടിക്കുള്ള വണ്ടിയിൽ കയറി.
കാലടി സ്റ്റാന്റിൽ എത്തി. ഭാഗ്യത്തിന് നാട്ടിലേക്കുള്ള ബസ്
തൊട്ടരികത്ത് കിടക്കുന്നു. അതിൽ ബുദ്ധിമുട്ടി
തിരക്കിനിടയിലൂടെ നുഴഞ്ഞ് കയറി.

നല്ല തിരക്ക്. വിശപ്പും ദാഹവും അവശതയും മൂലം
ഉള്ളിൽ വല്ലാത്ത പരവശം. എവിടെയെങ്കിലും ഒന്നു ഇരുന്നേ
പറ്റൂ. നാലുപാടും നോക്കി. സീറ്റ് കൈവശ
പ്പെടുത്തിയിരിക്കുന്നവർ എന്നെ കണ്ടിട്ടും ശ്രദ്ധിക്കാത്ത
മട്ടിലാണ് ഇരുപ്പ്. വൃദ്ധരുടെ സീറ്റിലിരിക്കുന്ന രണ്ടു യുവതികൾ
എന്നെ കണ്ടപാടെ ഉറക്കം നടിച്ച് തല കുമ്പിട്ട്
കുനിഞ്ഞിരിപ്പായി. ജനറൽ സീറ്റ് സ്ത്രീകൾക്കുകൂടി
അവകാശപ്പെട്ടതാണല്ലോ എന്നാണല്ലോ വയ്പ്പ്.

അധികാരികളുടെ വേണ്ടാത്ത ഓരോരോ നിയമങ്ങൾ. എന്തായാലും സീറ്റ് തരുമോ എന്ന് വൃദ്ധരുടെ സീറ്റിലിരിക്കുന്നവരോട് ഒന്ന് ചോദിച്ചു നോക്കാം.

"മക്കളെ ഒരു സീറ്റ് തരാമോ? അപ്പൂപ്പന് വയ്യാഞ്ഞിട്ടാ."

അവർ കേട്ട ഭാവം പോലും നടിച്ചില്ല. അത് കഴിഞ്ഞ് ഞാൻ നിൽക്കുന്നതിന്റെ അരികിലെ സീറ്റിലിരിക്കുന്ന യാത്രക്കാർക്ക് ടിക്കറ്റ് കൊടുത്തു കൊണ്ടിരിക്കുന്ന കണ്ടക്ടറോടായി ചോദിച്ചു.

"വൃദ്ധരുടെ സീറ്റിലിരിക്കുന്ന സ്ത്രീകളോട് ഒന്ന് മാറി തരുവാൻ പറയോ സാറെ"

"ഈ തിരക്കിനിടയിൽ ടിക്കറ്റ് കൊടുത്ത് തീർക്കാൻ പറ്റണില്ല. അപ്പഴാ കാർന്നോരുടെ ഒരു സീറ്റ് ചോദ്യം. അവരും കാശ് തന്നാ യാത്ര ചെയ്യുന്നേ".

വേണ്ടാത്ത ഒരു ആട്ട് വെറുതെ ചോദിച്ച് വാങ്ങുകയായിരുന്നില്ലേ എന്ന് തോന്നിപ്പോയി.

ചെല്ലുന്നിടത്തെല്ലാം കാർന്നോരെ വിളികൾ മാത്രം. അപ്പോഴാണ് ഓർത്തത് മുതിർന്ന പൗരന്മാരുടെ സീറ്റിൽ മറ്റുള്ളവർ ഇരിക്കുന്നത് കുറ്റകരമാണെന്ന് സർക്കാർ ഓർഡറുണ്ടല്ലോ എന്ന്. ഏതായാലും വീട്ടിലെത്തിയിട്ട് ആകട്ടെ എന്നുറച്ചു. ബസ്സിന്റെ പേരും രജിസ്റ്റർ നമ്പറും സമയവും മറ്റും കുറിച്ചെടുത്തു. ടിക്കറ്റും കളയാതെ പോക്കറ്റിലിട്ടു.

രാവിലെ തന്നെ ഒരു പരാതിയെഴുതി തയ്യാറാക്കി. ബസ് പുറപ്പെടുന്ന സ്റ്റാന്റിലെ ബസ് ഓണേഴ്സ് അസോസിയേഷന്റെ പരിസരത്തെ പോലീസ് സ്റ്റേഷനിലേക്ക് 9 മണിക്ക് താൻ യാത്ര തിരിച്ചു. 10 മണിക്ക് സ്റ്റേഷന്റെ വരാന്തയിലെത്തി. എസ്.ഐ.യുടെ മുറിയുടെ എതിർവശത്ത് വനിതകൾക്കു വേണ്ടിയുള്ള ഹെൽപ്പ് ലൈൻ. വികലാംഗർക്കും വൃദ്ധർക്കും ഹെൽപ്പ് ലൈൻ വേണ്ടന്നായിരിക്കും. എസ്.ഐ എന്ന് എഴുതി വച്ചിരിക്കുന്ന മുറിയുടെ മുമ്പിൽ മേശയുടെ പുറകിൽ കസേരയിൽ വനിതാ പോലീസ് ദിവാസ്വപ്നം കണ്ടിരിക്കുന്നു.

കലികാലം എന്ന് ഓർത്തുകൊണ്ട് ഞാൻ വനിത പോലീസിന്റെ അരികത്തെത്തി. പെട്ടെന്ന് അവർ ഉണർന്നിട്ട്

"എന്താ കാര്യം ചേട്ടാ?"

"ഒരു പരാതി എസ്.ഐ.ക്ക് കൊടുക്കാനാ".

"ആ ഭിത്തിയുടെ അരികിലെ ബെഞ്ചിൽ ഇരിക്ക്", എസ്.ഐ റൗണ്ടിന് പോയിരിക്കാ. സ്റ്റേഷനിൽ കൊണ്ടുവരുന്ന കുറ്റവാളികൾക്കിരിക്കാനുള്ള ബെഞ്ചിലാണോ തനിക്കും സീറ്റ് അനുവദിക്കുന്നത്. നാട്ടുകാരോ പരിചയക്കാരോ സ്റ്റേഷനിൽ വച്ചെങ്ങാൻ കണ്ടുമുട്ടിയാൽ ഈ കാർണവർ വല്ല പീഡനക്കേസിലും പെട്ട് വന്നതായിരിക്കുമെന്ന് ചിന്തിച്ചാൽ അത് നാണക്കേടാകുമല്ലോ എന്ന് ഒരു നിമിഷം ഓർത്തുപോയി. അവരെ കുറ്റം പറയാൻ പറ്റുമോ.

"കർത്താവേ, ഈ വയസ്സാം കാലത്ത് ഇന്നലെ മുഴുവൻ ആശുപത്രിയിൽ കുത്തിയിരുപ്പ്, ഇന്ന് പോലീസ് സ്റ്റേഷനിൽ".

ഇത്തിരിനേരം പിന്നിട്ടു. ഇതിനിടെ പല രാഷ്ട്രീയ നേതാക്കളും പണക്കാരും വന്നുപോയ്ക്കൊണ്ടിരുന്നു.

ബ്ലേഡ്, മണ്ണ് മാഫിയ, മണൽ കള്ളക്കടത്തുകാർ ഇവർക്കു വേണ്ടിയോ മറ്റോ ആയിരിക്കണം ഇക്കൂട്ടരുടെ വരവ്. സമയമാണെങ്കിൽ നീങ്ങുന്നില്ല. മെല്ലെ പുറകിലെ ഇടനാഴിയുടെ അരികിലേക്ക് നീങ്ങി. അതിനരികത്ത് മുറിയുടെ മുമ്പിലും എസ്.ഐ എന്ന് എഴുതി വച്ചിരിക്കുന്നു. ഒരു സ്റ്റേഷനിൽ രണ്ട് മുറികൾ എസ്.ഐ മാർക്ക്.

അവശർക്കും മുതിർന്നവർക്കും വേണ്ടി ഒരു മുറി നീക്കിവയ്ക്കാനില്ല. അതാ ഒരു ജീപ്പിന്റെ ഇരമ്പൽ. രണ്ട് കുറ്റവാളികളേയുമായി എസ്.ഐ ജീപ്പിൽ നിന്നും ചാടി ഇറങ്ങി. എസ്.ഐ അദ്ദേഹത്തിന്റെ മുറിയിൽ കയറിയ ഉടനെ കാത്തിനിന്നിരുന്ന രണ്ട് രാഷ്ട്രീയക്കാരും അവർ പോയ്ക്കഴിഞ്ഞ് ഒരു മുതലാളിയും അദ്ദേഹത്തിന്റെ മുറിയിൽ മുട്ടറ്റം വരെ എത്തുന്ന വെള്ളക്കുപ്പായവും വിലകൂടിയ വാച്ചും

കൈയ്യിൽ കെട്ടി ഒരു സ്വർണ്ണ വളയിട്ടിരിക്കുന്ന മുതലാളി കയറി കുറേ നേരം സംസാരിച്ചശേഷം തിരിച്ചുപോയതോടെ

"അപ്പച്ചൻ അകത്തേക്ക് ചെന്നോളൂ," ഒരു കോൺസ്റ്റബിൾ പറഞ്ഞു.

അകത്ത് കയറിയ ഉടനെ..

"എന്തുപറ്റി കാർന്നോരെ," ഗൗരവം വിടാതെ യുവകോമളനായ എസ്.ഐ ചോദിച്ചു.

"സർ, എനിക്കർഹതയുള്ള സീറ്റ് ആവശ്യപ്പെട്ടിട്ടും ബസിലെ കണ്ടക്ടർ അനുവദിച്ചു തന്നില്ല. ഇതാ പരാതി"

ഞാൻ പരാതി അദ്ദേഹത്തിന്റെ നേരെ നീട്ടി. അത് വാങ്ങി വായിച്ചിട്ട്..

"കാർന്നോരെ, ബസിൽ കയറിയത് കാലടിയിൽ നിന്ന്, വീട് അകനാട്, പരാതി ആ സ്റ്റേഷനിലെവിടെയെങ്കിലും കൊട്" എന്ന് പറഞ്ഞ് തിരിച്ചു തന്നു.

"സർ, ബസ് പുറപ്പെടുന്നതും രജിസ്റ്റർ ചെയ്തിരിക്കുന്നതും ഈ സ്റ്റേഷൻ പരിധിയിലാണ്".

"അതൊക്കെ ശരിയായിരിക്കാം, പക്ഷെ എനിക്കൊന്നും ചെയ്യാൻ വകുപ്പില്ല."

ഇതിനും വകുപ്പുണ്ടോ? വകുപ്പില്ലെങ്കിൽ ബസ്സിൽ മുതിർന്ന പൗരൻ, വികലാംഗൻ, അന്ധൻ എന്നൊക്കെ എന്തിന് എഴുതി വയ്ക്കണം? എന്ന സങ്കടത്തോടെ പുറത്ത് കടന്നു. നാളെ ഈ ഉദ്യോഗസ്ഥർക്കും പ്രായമാകില്ലാ എന്നുണ്ടോ? ഇതുകൊണ്ടായിരിക്കണം പല സർക്കാർ ഉദ്യോഗസ്ഥരും പെൻഷൻ പറ്റുന്നതുകൊണ്ടും കേസുകൾക്കൊണ്ടും രോഗം കൊണ്ടും മക്കൾ വഴി പിഴച്ച് പോയും നരകിക്കുന്നത് എന്ന് ചിന്തിച്ചുകൊണ്ട് വേദന കടിച്ചമർത്തി നിസ്സാഹനായി പുറത്തേക്ക് കടന്നു.

മരണത്തോട് അടുത്തുകൊണ്ടിരിക്കുന്ന ജീവിത സായാഹ്നത്തിലെത്തിയ ആർക്കും വേണ്ടാത്ത ചണ്ടികളായവരുടെ യാതനകളും വേദനകളും സമൂഹമാകെ പടർന്നു കിടക്കുകയാണല്ലോ എന്നോർത്ത് സ്റ്റേഷന്റെ പുറത്തേക്കുള്ള കവാടത്തിലെത്തിയപ്പോൾ താനറിയാതെ വിങ്ങി വിങ്ങി കരഞ്ഞുപോയി.

ഇത് കണ്ടുകൊണ്ടിരുന്ന സ്റ്റേഷൻ പരിസരത്ത് നിന്നിരുന്നവരിൽ ഒരാൾ പോലും എന്നെ നോക്കിയല്ലാതെ എന്ത് പറ്റിയെന്ന് ചോദിക്കാൻ പോലും ഒരുമ്പെട്ടില്ല.

സത്യവും നീതിയും നിയമവും പാവപ്പെട്ടവനും സാധാരണക്കാരനും വേണ്ടി മാത്രമായിരിക്കുമെന്ന കാര്യം ഓർത്തുകൊണ്ട് അടുത്ത യാത്രക്കായി അവശനായ ഞാൻ ബസ് സ്റ്റാന്റിലേക്ക് തിരിച്ചു.

\

14. ഭാവി തകർത്ത ബാല്യകാല സുഹൃത്ത്

സ്കൂൾ പഠനകാലത്ത് ആരംഭിച്ചതാണ് നോവൽ, കഥാ പുസ്തക വായനാശീലം. ജീവിത സായാഹനത്തിലെത്തി നിൽക്കുമ്പോഴും ഇന്നും അത് അഭംഗുരം തുടർന്നുകൊണ്ടിരിക്കുന്നു.

ഏറെ തിരക്കുകൾക്കിടയിലും ടൗണിലുള്ള മുൻസിപ്പൽ ലൈബ്രറിയിലെ റീഡിങ് റൂമിലിരുന്ന് ഇടക്കിടെ മനോരമ, മാതൃഭൂമി ദിനപത്രങ്ങളിലെ പ്രാദേശിക വാർത്തകളും വീക്കിലികളും വായിക്കുന്നതോടെ മനസ്സിലെ ബാല്യ കൗമാര പ്രായങ്ങളിൽ അനുഭവപ്പെട്ടിരുന്ന ദുരിതങ്ങളും കഷ്ടപ്പാടുകളും അകലുകയും സുഖം തോന്നുകയും ചെയ്യാറുണ്ട്.

മഹാന്മാരുടെ ദുരിതപൂർണ്ണമായ ബാല്യകാലാനുഭവങ്ങളും കഷ്ടപ്പാടുകളും നിറഞ്ഞ ജീവചരിത്രപുസ്തകങ്ങൾ തിരഞ്ഞെടുത്ത് വായിക്കുവാനിടവന്നതോടെ തന്റെ കഷ്ടപ്പാടുകൾ ഒന്നും അല്ലെന്ന് ബോധ്യപ്പെടാൻ ഇട വന്നു. അവരെപ്പോലെ ആയില്ലെങ്കിലും ഒന്നു രണ്ട് പുസ്തകങ്ങളെങ്കിലും എഴുതി പ്രസിദ്ധനായിക്കൂടേ എന്ന് മനസ്സിൽ നിന്നും ഒരു ഉൾവിളി അലട്ടുവാൻ തുടങ്ങി.

ആയിരക്കണക്കിന് പുസ്തകങ്ങളുടെ ശേഖരങ്ങൾ ഉണ്ട് മുനിസിപ്പൽ ലൈബ്രറിയിൽ. ലോക മഹാന്മാരുടെ ചരിത്രങ്ങൾ, ഗവേഷണ വിദ്യാർത്ഥി വിദ്യാർത്ഥിനികൾക്ക് പഠനങ്ങൾക്കുതകുന്ന റഫറൻസ് ഗ്രന്ഥങ്ങൾ, നോവലുകൾ, കഥാസമാഹാരങ്ങൾ, ബാലസാഹിത്യ കൃതികൾ ഇവയുടെ കലവറയാണ് ഇവിടം.

റീഡിങ് റൂമിൽ വൈകിട്ട് നാലരയോടെയാണ് എത്തുക. ഇവിടെ തന്റെ സമപ്രായക്കാരായവരുടെ ദുരിതങ്ങളും കഷ്ടപ്പാടുകളും നിറഞ്ഞ അനുഭവങ്ങൾ കേട്ടും അവരോട് കുശലം പറഞ്ഞും ക്ഷേമാന്വേഷണങ്ങൾ നടത്തിയും ആശ്വസിപ്പിച്ചും സമയം ചിലവഴിക്കും. ഇവിടെ അൻപതും അറുപതും വർഷങ്ങളായി മെമ്പർഷിപ്പുണ്ടായിട്ടും തങ്ങളെ ഒന്ന്

മുനിസിപ്പൽ അധികാരികൾ ആദരിക്കാറില്ലല്ലോ എന്ന്
പരാതികളും കേൾക്കാറുണ്ട്.

മൂന്ന് നിലകളുള്ള ലൈബ്രറി കെട്ടിടത്തിന്റെ രണ്ടാം
നിലയിൽ ലൈബ്രറി, മൂന്നാം നിലയിൽ വിശാലമായ
കോൺഫറൻസ് ഹാൾ. ഇവിടെ ആഴ്ചയിൽ ഒന്നോ രണ്ടോ
വനിതാ സംഗമങ്ങൾ, സെമിനാറുകൾ, പ്രസിദ്ധരായ
എഴുത്തുകാരെ അനുസ്മരിക്കുന്ന ചർച്ചാ ക്ലാസുകൾ ഇവയും
നടക്കാറുണ്ട് എന്നത് ചാരിതാർത്ഥ്യത്തോടെ സ്മരിക്കുന്നു.
മുതിർന്ന പൗരന്മാരുടെ പരിപാടികളൊന്നും നടക്കാറില്ലല്ലോ
എന്നും പരാതികൾ കേൾക്കുന്നുണ്ട്.

വീട്ടിൽ അല്പം പച്ചക്കറി കൃഷി ചെയ്യുന്നുണ്ട്. അതിനാൽ
കൃഷി രീതികൾ പഠിക്കാൻ മനോരമയുടെ കർഷകശ്രീ മാസിക
തുടർച്ചയായി വായിക്കുന്നു. ഈ വായനക്കിടെ കഴിഞ്ഞ ദിവസം
ഒരു മദ്ധ്യവയസ്ക്കൻ അരികിലെത്തിയിട്ട്

"ഹലോ നമസ്ക്കാരം ചേട്ടാ. ചേട്ടനെയൊന്ന് നേരിൽ
കണ്ട് പരിചയപ്പെടാനിരിക്കയായിരുന്നു. എന്റെ പേര് റോയി.
പ്രസിദ്ധ സാഹിത്യകാരനായ മലയാറ്റൂർ രാമകൃഷ്ണന്റെ
വീടിനരികിലാണ് എന്റെ വീട്. എനിക്ക് തൊട്ടയൽക്കാരനായ
ബാല്യകാല സുഹൃത്തിന്റെ വിശ്വാസ വഞ്ചനയുടെ ഒരു കദന
കഥ പറയാനുണ്ട്. പലരുടെയും ജീവിതാനുഭവങ്ങൾ സ്വന്തം
ആത്മകഥ എന്ന് തോന്നുംവിധം ചേട്ടൻ എഴുതാറുണ്ടെന്ന്
കേട്ടിട്ടുണ്ട്. എനിക്ക് വേണ്ടി ഈ കഥയൊന്ന് എഴുതാമോ?

"അതിനെന്താ സുഹൃത്തേ പറയൂ കൂട്ടുകാരാ"

"ചേട്ടാ എന്റെ വീടിന്റെ നേരെ എതിർവശത്തായി
അയൽപക്കത്ത് ഡേവിസ് എന്നൊരു
കളിക്കൂട്ടുകാരനുണ്ടായിരുന്നു. കുഞ്ഞ് പ്രായം മുതൽ ഞങ്ങൾ
ഒരുമിച്ച് കളിച്ചുവളർന്നവരാണ്.

മണ്ണപ്പം ചുട്ടും അപ്പനും അമ്മയുമായി അഭിനയിച്ചും
കുഞ്ഞി കഞ്ഞി വച്ചും ഞങ്ങൾ കുഞ്ഞു കൂട്ടുകാരോടൊപ്പം
കളിച്ചുല്ലസിച്ചിരുന്നു. അല്പം കൂടി വലുതായതോടെ വീടിന്
മുൻവശത്തെ ചെളി നിറഞ്ഞ റോഡിലെ കുഴികളിൽ

മഴക്കാലത്ത് കളിച്ചുല്ലസിച്ചിരുന്ന കുഞ്ഞു മാക്രികളെ ഈർക്കിളികൊണ്ട് കുടുക്കിട്ട് പിടിച്ചിരുന്നു. കുടുക്കിൽ പെടുന്നതോടെ അവ ക്രേ ക്രേ എന്ന് ദയനീയമായി ഒച്ച വയ്ക്കുന്നതോടെ അവയെ കുടുക്കഴിച്ച് വിട്ട് സ്വതന്ത്രരാക്കിയിരുന്നു.

ഞാനും ഡേവിസും ഒരുമിച്ചാണ് ഒരേ സ്കൂളിൽ പഠിച്ചിരുന്നത്. കൂട്ടുകാരൻ എന്നേക്കാൾ ഏത് കാര്യങ്ങളിലും സ്മാർട്ടായിരുന്നു. ഞങ്ങൾ പട്ടിണി പാവങ്ങളായിരുന്നതിനാൽ സ്കൂൾ പഠനകാലത്ത് ഏറെ ബുദ്ധിമുട്ടിയിരുന്നു. ഇതോടെ എനിക്ക് രോഗങ്ങളും പിടിപെട്ടിരുന്നു. രോഗം കലശലായി കിടപ്പിലുമായി. ഇതോടെ ഒരു വർഷം എന്റെ പഠനം മുടങ്ങി. കൂട്ടുകാരൻ എന്നെവിട്ട് വേറെ സ്കൂളിൽ ചേർന്ന് പഠനമാരംഭിച്ചു.

ക്ലാസില്ലാത്ത ദിവസങ്ങളിൽ ഞങ്ങൾ വീണ്ടും തമ്മിൽ കണ്ടുമുട്ടിയിരുന്നു. രാശികാ കളികളിലും കോൽപന്ത് കളികളും ഒരുമിച്ച് പങ്കെടുക്കാറുമുണ്ടായിരുന്നു. വൈകാതെ കൂട്ടുകാരൻ എസ്.എസ്.എൽ.സി പാസ്സായി ടൈപ്പും ഷോർട്ട് ഹാന്റും പഠിച്ച് കൽക്കട്ടയിലേക്ക് പോയി ജോലി നേടി.

ഇടയ്ക്ക് നാട്ടിൽ ലീവിന് വരുമ്പോൾ എന്നെ കണ്ടാലും മൈന്റ് ചെയ്യുകയോ കുശലന്വേഷണങ്ങൾ നടത്തുകയോ ചെയ്യാതായി. പലരും ഇതേപോലെ ഉദ്യോഗം ലഭിക്കുമ്പോൾ പഴയതെല്ലാം മറക്കും. വൈകാതെ എനിക്ക് ഒറീസ്സയിലെ ഒരു കമ്പനിയിൽ അപ്പോയിന്റ്മെന്റ് ഓർഡർ കിട്ടി. അന്ന് കൂട്ടുകാരൻ നാട്ടിൽ ലീവിൽ ഉണ്ടായിരുന്നു. ഒറീസ കഴിഞ്ഞാണല്ലോ കൽക്കട്ടാ. അതിനാൽ കൂട്ടുകാരനോടൊപ്പം എന്നെ ട്രെയിനിൽ വിടാമെന്ന് അപ്പനും അമ്മയും കൂടി തീരുമാനിച്ചു. എന്നെ ഒറ്റയ്ക്ക് അന്യനാട്ടിലേക്ക് വിടാൻ ഭയമായിരുന്നതിനാലാണ് അവർ കൂട്ടുകാരന്റെ കൂടെ വിടാമെന്ന് തീരുമാനിച്ചത്.

"എന്നിട്ടോ. പിന്നെ എന്ത് പറ്റി". ഇടയ്ക്ക് കയറി ഞാൻ ചോദിച്ചു.

"എന്റെ കഥകേട്ട് ചേട്ടൻ മുഷിഞ്ഞോ. ഞാൻ വളരെ ചുരുക്കിയല്ലേ പറയുന്നേ. മുഷിഞ്ഞെങ്കിൽ തൽക്കാലം നിറുത്താം. ബാക്കി പിന്നെ പറയാം.

"വേണ്ടാ റോയി. നല്ലൊരു കഥയല്ലേ. ഇത് തുടർന്നോളൂ"

പോകാനുള്ള ബാഗും അത്യാവശ്യ സാധനങ്ങളുമൊക്കെ പാക്ക് ചെയ്ത് ഒരു ജോലി കിട്ടിയല്ലോ എന്ന സന്തോഷത്തോടെ തയ്യാറെടുപ്പുകൾ നടത്തി. ഇനി ഡേവിസെങ്ങാൻ കൂടെ കൊണ്ടുപോകാൻ സമ്മതിച്ചില്ലെങ്കിലോ എന്ന് തോന്നിയതിനാൽ നേരിൽ കണ്ട് ഒന്ന് ചോദിച്ചേക്കാമെന്ന് കരുതിയിരിക്കെ ജംഗ്ഷനിൽ വച്ച് ഡേവിസിനെ കണ്ടുമുട്ടി.

"ഡേവിസേ ഞാൻ നിന്റെ കൂടെ ട്രെയിനിൽ ഒറീസയ്ക്ക് പോന്നോട്ടെ. അപ്പനും അമ്മയും എന്നെ ഒറ്റയ്ക്ക് പരിയമില്ലാത്ത സ്ഥലത്തേക്ക് പറഞ്ഞു വിടാൻ പേടിയാണത്രേ"

"വേണ്ട വേണ്ട. നീ എന്റെ കൂടെ പോരേണ്ടാ. എനിക്ക് നിന്നെ വിശ്വാസമില്ലാ"

"ഞാൻ ഷോക്കടിച്ച പോലെ മരവിച്ചിട്ട്"

"പൊന്നു സുഹൃത്തേ നമ്മൾ തമ്മിൽ ഇനി ഒരിക്കലും കാണാതിരിക്കാൻ ദൈവം അനുഗ്രഹിക്കട്ടെ"

ഞാനും അവനേപ്പോലെ ഒരു ഉദ്യോഗസ്ഥനായാലോ എന്ന അവന്റെ അസൂയ ആയിരിക്കണം അവൻ എന്നെ കൊണ്ടുപോകാതിരിക്കാൻ കാരണം. ആ വിശ്വാസ വഞ്ചകന്റെ യാത്രാമുടക്ക് കാരണം എന്റെ ഭാവിക്ക് കോട്ടം സംഭവിച്ചു. ഈശ്വരാനുഗ്രഹം കൊണ്ട് രണ്ട് മൂന്ന് വർഷം പിന്നിട്ടതോടെ കേരളാ ട്രാൻസ്പോർട്ട് കോർപ്പറേഷൻ വർക്ക് ഷോപ്പിൽ എനിക്ക് ജോലി കിട്ടി.

ഡേവിസിന്റെ വീട്ടുകാർക്ക് ചില കുടുംബ പ്രശ്നങ്ങൾ മൂലം നാട് വിട്ട് പോകേണ്ടി വന്നു. ഈശ്വരന്റെ ഒരോരോ ലീലാവിലാസങ്ങളായിരുന്നു ഇതിനൊക്കെ കാരണം.

"സുഹൃത്തേ നല്ലൊരു അനുഭവ കഥ. ഞാനിത് ഉടൻ എഴുതിയേക്കാം. സന്തോഷമായില്ലേ എന്ന് ചോദിച്ചതോടെ റോയിയുടെ മുഖത്ത് സംതൃപ്തിയുടെ ഒരായിരം പൂക്കൾ വിരിഞ്ഞു.

15. ബൈ ദ ബൈ

കുംഭമാസത്തിലെ ചുട്ടുപൊള്ളുന്ന വെയിൽ. ശരീരമാകെ വിയർത്തൊഴുകുന്നു. കർക്കിടക മാസത്തിൽപോലും മഴ പേരിന് മാത്രമായി ചുരുങ്ങിയിരിക്കുന്നു. കാലത്തിന്റെ ഭാവ പകർച്ച. വരാനിരിക്കുന്ന കൊടും വരൾച്ചയുടേയും കുടിവെള്ള ക്ഷാമത്തിന്റേയും മുന്നോടിയായിരിക്കണം. മൂക്കന്നൂരിൽ ഒരടിയന്തിര യോഗത്തിൽ പങ്കെടുത്തേ പറ്റൂ എന്ന് പരിസ്ഥിതി പ്രസിഡന്റിന്റെ ഫോൺകോൾ കിട്ടിയതിനാൽ പെരുമ്പാവൂർ ബസ്സ്റ്റാന്റിൽ ബസ് വരുന്നത് കാത്തു നിൽക്കുകയാണ് ഞാൻ. നൂറ് കണക്കിന് യാത്രക്കാർ വന്നും പോയുമിരിക്കുന്നു. വൃദ്ധരും കൈക്കൂഞ്ഞുങ്ങളെ ഏന്തിയ അമ്മമാരും, വികലാംഗരും, ഗർഭിണികളും, അവശരും മറ്റും ഒന്ന് നടുവുനിവർത്തി ഇരിക്കാനോ നിൽക്കാനോ വയ്യാത്തതിനെപ്പറ്റി മുനിസിപ്പൽ അധികാരികളെ പേരു പറഞ്ഞ് ശാപ വാക്കുകൾ ചൊരിഞ്ഞ് പഴിച്ചുകൊണ്ടിരിക്കുന്നു.

വടക്കേ ഇൻഡ്യൻ തൊഴിലാളികൾ ഹാൻസും പാർപരാഗും ചവച്ചരച്ച് ബള ബളാന്ന് ഛർദ്ദിക്കുംപോലെ പരിസരത്തെ മുറ്റത്തും യാത്രാ നിവാസിനകത്തും തമ്പടിച്ച് തുപ്പിക്കൂട്ടുന്നു. ഇവയിൽ വന്നിരിക്കുന്ന ഈച്ചകൾ പാറിപ്പറന്ന് ഇണചേരുന്നു. ഇണചേർന്ന സുഖത്തിന്റെ ആലസ്യത്തിൽ ഇവ വീണ്ടും പറന്ന് പറന്ന് തൊട്ടടുത്തുള്ള ചായക്കടയിലെ പലഹാരങ്ങൾക്ക് മുകളിലിരുന്ന് അവയിൽ തീർത്ഥജലം വർഷിച്ച് വെഞ്ചിരിപ്പ് കർമ്മം നടത്തി നിർവൃതി അടയുന്നു. ഇതിനിടയിൽ കൂട്ടം കൂടിനിന്ന് വില പേശി കച്ചവടം ഉറപ്പിക്കുന്ന അനാശാസ്യക്കാരും ലഹരി വില്പനക്കാരും. സാമൂഹ്യ ദ്രോഹികളും അവർക്കരികെ തമ്പടിച്ചിരിക്കുന്ന ലോട്ടറി കച്ചവടക്കാരും.

പ്രൗഢഗംഭീരമായി തലയുർത്തിനിൽക്കുന്ന പെരുമ്പാവൂരിലെ അതിവിശാലമായ മുൻസിപ്പൽ ബസ് സ്റ്റാൻഡിന്റെ അവസ്ഥയോർത്ത് ഒരു നിമിഷം ഞാൻ ചിന്തയിലാണ്ടു. എന്നെപ്പോലെ ഇവിടെ എത്തിപ്പെടുന്ന ബസ് യാത്രക്കാരിൽ പലരും ഇത്തരത്തിൽ

ചിന്തിക്കുന്നുണ്ടായിരിക്കണം. ചിന്തിച്ചതുകൊണ്ടു
മാത്രമായില്ലല്ലോ. പ്രതികരിക്കണ്ടേ?

അരമണിക്കൂറോളമായി ഞാനീ കാത്തുനിൽപ്
തുടങ്ങിയിട്ട്. ഇതിനിടയിൽ മൊബൈൽ ഫോണിലൂടെയുള്ള
പ്രണയ ജോടികളുടെ പ്രേമസല്ലാപങ്ങളും.   ഇങ്ങനെ
എന്തെല്ലാം കാഴ്ചകൾ. പോലീസ് എയ്ഡ്പോസ്റ്റ് കാലിയായി
ഡ്യൂട്ടിക്കാരനില്ലാതെ ഞാനിതെല്ലാം കാണുന്നുണ്ടേ എന്ന്
തോന്നിപ്പിച്ച് നോക്കുകുത്തിയായി നിലകൊള്ളുന്നു.

'ബട്ടർ ഫൈ്ളെ കാലടി അങ്കമാലി, മൂക്കന്നൂർ'

പ്രൈവറ്റ് ബസ് പാസഞ്ചേഴ്സ് അസ്സോസിയേഷൻ വക
ഓഫീസിൽനിന്നും മുകളിലാകാശത്തുനിന്നെപോലെ മൈക്ക്
അനൗൺസ്മെന്റ്. തിരക്ക് കുറവാണ് ബസ്സിൽ. ഞാൻ
ബസിൽകയറി. വണ്ടി ഓടുമ്പോൾ കാറ്റു കിട്ടാൻ ഒഴിഞ്ഞ
സീറ്റിന്റെ അരികിലെക്ക് ചേർന്ന് ഇരിപ്പുറപ്പിച്ചു.

ഇതിനിടെ വെളുത്തുമെലിഞ്ഞ ശരീരപ്രകൃതിയും
തത്തമ്മയുടെ മുഖാകൃതിയുമുള്ള ഒരു സുന്ദരനായ
ചെറുപ്പക്കാരൻ എന്റെ അരികത്ത് വന്ന് ചേർന്നിരുന്നു. കയ്യിൽ
വിലകൂടിയ ഒരു ഡയറിയും ബിൽ ബുക്ക് എന്ന് തോന്നിപ്പിക്കുന്ന
എന്തോ ഒന്നുകൂടിയുണ്ട്. മെല്ലെ സ്റ്റാർട്ടായ വണ്ടിയിൽ ഇതിനിടെ
ചിലർ ചാടി കയറി.

'കാലടി വഴി മൂക്കന്നൂർ അങ്കമാലി'

കണ്ടക്ടർ തൊണ്ട ഇടറി അലറി വിളിച്ചുകൊണ്ട്
ആളുകളെ ബസ്സിൽ കയറ്റി. രാവിലെ മുതലുള്ള വിളിയല്ലേ.
തൊണ്ട ഇടറാം. ബസ് പെരുമ്പാവൂരിലെ കാലടി ഔഷധി
ജംഗ്ഷനിൽ എത്തിയ ഉടനെ സുന്ദരൻ സംസാരത്തിന്
തുടക്കമിട്ടു.

'എന്തൊരു ചൂട് സഹിക്കാൻ പറ്റുന്നില്ല. അല്ലേ സാറേ'

'ഉം' ഞാൻ ശരിവച്ചു.

'ബൈ ദ ബൈ സാറെങ്ങോട്ടാ?'

'മൂക്കന്നൂർവരെ'

'ഞാൻ അങ്കമാലിക്കാ'.

'സാറിന്റെ ഗുഡ് നെയിം'

'റോക്കി'

സാമാന്യ മര്യാദയുടെ പേരിൽ ഞാൻ തിരിച്ചും ചോദിക്കേണ്ടതല്ലേ എന്ന് മനസ്സിൽ ഓർത്തീട്ട്.

'താങ്കളുടെ പേര്'

'ജോൺ മുണ്ടാലൻ'

'വീട്'

'പുളിയനം വില്ലേജ് ആഫീസിന്റെ പുറകിലായിട്ട്'.

'ഗുഡ് നെയിം എന്ന് മനപൂർവ്വം ചോദിക്കാതിരുന്നതാണ്'.

ആള് സുന്ദരനാണെങ്കിലും വല്ല തരികിടയുമാണെങ്കിലോ?

കാലം വിശ്വസിക്കാൻ കൊള്ളാത്തതല്ലേ. എന്തായാലും ഇവനൊരു സംസാരപ്രിയനാണെന്നു മനസ്സിലോർത്തു. ഇവനിനി ഈ ഇരുപ്പിൽ എനിക്ക് പെൺമക്കളുണ്ടെങ്കിൽ അവർക്ക് വല്ല കല്യാണാലോചനയും നടത്താനായിരിക്കുമോ എന്ന് മനസ്സിൽ ഓർത്തതോടെ അവന്റെ അടുത്ത ചോദ്യം. ദാ വന്നു ദേ പോയി എന്ന് പറഞ്ഞതുപോലെ വന്നു കഴിഞ്ഞു.

'സാറിന്റെ വീടെവിടേയാ'.

'എന്റെ വീട് പെരുമ്പാവൂരിനടുത്തുള്ള കൂവ്വപ്പടി ഗണപതി വിലാസം ഹൈസ്കൂളിന്റെ തൊട്ടടുത്ത്. അവിടെ ആരോട് ചോദിച്ചാലും പറഞ്ഞുതരും. മകളെ തൃശ്ശൂരിലാണ് കെട്ടിച്ചയച്ചിരിക്കുന്നത്. മൂത്ത മകന്റെ ബന്ധുവീട് മലയാറ്റൂർ താഴത്തെ പള്ളിക്കടുത്ത്.

'സാറിന്റെ വീട്ടിൽ ആരൊക്കെയുണ്ട്. ഞാനിനി അവിടെ വരുമ്പോൾ ഒന്ന് കയറിയേക്കാം'.

'എനിക്ക് ഭാര്യ മൂന്ന് മക്കൾ. മൂത്തയാൾ കാർ മെക്കാനിക്ക്, രണ്ടാമത്തത് മകൾ ഹൗസ് വൈഫ്, രണ്ടുപേരുടേയും വിവാഹം കഴിഞ്ഞു. ഇളയമകൻ പഠിക്കുവാ'.

ഒരു രസത്തിന് വേണ്ടി ഞാൻ കാച്ചിവിട്ടു.

ബ്രോക്കാണെങ്കിൽ അതിൽ നിന്നൊഴിവാകാമല്ലോ എന്ന് കരുതി ഞാൻ മുൻകൂട്ടി മറുപടി പറയുകയായിരുന്നു. നീരസത്തോടെ.

ഉടൻ സുന്ദരൻ

'സാറിന് മുഷിഞ്ഞെന്ന് തോന്നുന്നു. സാർ ഇങ്ങനെയൊക്കയല്ലേ മനുഷ്യർ തമ്മിൽ തമ്മിൽ പരിചയപ്പെടുക. ബൈദ ബൈ സാറിന് മുഷിച്ചില്ലല്ലോ. എന്റെ വീട്ടിൽ അപ്പനും, അമ്മയും ഞാനും മാത്രം. ഞാൻ ബി.എ. പാസായിട്ടുണ്ട്. ഇപ്പോൾ ഒരു കമ്പനിയുടെ റെപ്പാണ്. സാറ് സർവ്വീസിലായിരുന്നു അല്ലേ'.

'അതേ. അതെങ്ങനെ മനസ്സിലായി'

'സാറിന്റെ മുഖം കണ്ടാലും സംസാരം കേട്ടാലു അറിഞ്ഞുകൂടെ'

ബസ് അങ്കമാലി സ്റ്റാന്റിലെത്തി.

ചെറുപ്പക്കാരൻ ബൈ ദ ബൈ വീണ്ടും കാണാം സാർ എന്ന് പറഞ്ഞ് ബസ്സിൽനിന്നും ഇറങ്ങി.

ദിവസങ്ങളും ആഴ്ചകളും കടന്നുപോയി. സാമൂഹ്യ പ്രവർത്തന തിരക്കുകൾ മൂലം നാട്ടിലെ ബന്ധുക്കളുടെ വീടുകളിൽപോലും ചെന്നെത്താൻ സമയം കിട്ടാത്തതിനാൽ വിഷമിച്ചിരിക്കുകയായിരുന്നു ഞാൻ. അവിചാരിതമായി പെരിയാറിന്റെ തീരത്തുള്ള തോട്ടുവായിലെ അംഗീകൃത മണൽ കടവിനടുത്ത് പരിസ്ഥിതി സംഘടനയുടെ മാസികക്ക്

വരിക്കാരെ ചേർക്കാൻ പോയവഴിയെ അമ്മാവന്റെ മകളെ
വിവാഹം ചെയ്തിരിക്കുന്ന വീടിനരികത്തെത്തുവാനിടയായി.
എന്നാൽ ഒന്ന് കേറിയിട്ട് പോയേക്കാമെന്ന് വച്ച് അവരുടെ
വീട്ടിലെത്തി. ചെന്ന പാടെ അളിയൻ.

'ഇരിക്ക്, എന്താടാ നിന്നെ ഇപ്പോൾ ഇങ്ങോട്ടൊന്നും
കാണുന്നില്ലല്ലോ, തിരക്കായിരിക്കുമല്ലേ'.

'അതേ തിരക്കാണളിയാ'

ഫോറിനിൽ പോയിരിക്കുന്ന മൂത്ത മകന്റെ മരുമോള്
വരാറുണ്ടോ? ഇളയമകന് കല്യാണം വല്ലതുമായോ?

മരുമോള് വരാറായിട്ടില്ല. അളിയന് പൈൽസ്
ഓപ്പറേഷൻ കഴിഞ്ഞ് സുഖമായില്ലേ?

എന്നൊക്കെ തിരിച്ചും തിരക്കിയപ്പോഴേക്കും പെങ്ങൾ
ചായയുമായെത്തിക്കഴിഞ്ഞു.

'നിനക്ക് ഷുഗറും പ്രഷറും ഒക്കെയുണ്ടെന്ന് കേട്ടല്ലോടാ.
അതുകാരണം ചായയിൽ മധുരമിട്ടില്ലാ. പുഴയിൽ മണൽ വാരൽ
ഉള്ളപ്പോഴൊക്കെ നീ വരാറുള്ളതാണല്ലോ. ഇപ്പോൾ കള്ള മണൽ
വാരലിനെപ്പറ്റി എഴുതാറില്ലേ? കിണറിൽ ഒരു
തുള്ളിവെള്ളമില്ലാതായെടാ മോനേ. മണല് വാരി വാരി പുഴ
ഒരുപാട് താഴ്ന്നില്ലേ? കിണറിൽ വെള്ളം കിട്ടാഞ്ഞ് ഞങ്ങൾ
പൈപ്പ് വെള്ളമാണെടാ ഉപയോഗിക്കുന്നേ'.

'നീ ചായ കുടി ചായ തണുക്കും'. അളിയൻ ഓർമ്മിപ്പിച്ചു.
ഞാൻ ചായകുടിക്കാനാരംഭിച്ചതോടെ അളിയൻ

'എടാ അളിയാ നിന്റെ ഒരു കൂട്ടുകാരൻ
അങ്കമാലിക്കാരൻ ജോണി കൃഷിഭവനീന്ന് സബ്സിഡിയായിട്ട്
മോട്ടോർ എത്തിക്കാമെന്ന് പറഞ്ഞ് ആയിരം രൂപ വാങ്ങി
പോയിട്ട് ആറ് മാസം കഴിഞ്ഞല്ലോടാ. നീ അയാളെ
കാണാറുണ്ടോ. പാന്റും ഷർട്ടുമിട്ട ഒരു മെല്ലിച്ച സുന്ദരൻ. അയാള്
രസീതും തന്നിട്ടുണ്ട്. ആരോടും പറയണ്ടാ രഹസ്യമാ. കുറച്ച്
പേർക്കേ ഒള്ളു എന്നും പറഞ്ഞിരുന്നു. നമ്മുടെ വീടും
പിള്ളാരുടെ ജോലീം ഒക്കെ മണിമണിപോലെ പറഞ്ഞപ്പോഴാ

ഞാൻ കാശ് കൊടുത്തത്. ഇവിടെ നാലഞ്ച് വീട്ടുകാർ ബുക്ക്
ചെയ്തിട്ടുണ്ടത്രെ.

'ഒടേ തമ്പുരാനേ! എടാ കള്ളൻ ജോണി
ഇതിനായിരുന്നല്ലേ നിന്റെ ബൈ ദ ബൈ പരിചയപ്പെടാൽ'.
മനസ്സിൽ ഒരിടിമിന്നൽ.

'അളിയാ ഞാൻ പിന്നെ വരാം. ഒരത്യാവശ്യകാര്യം മറന്നു
മോട്ടോർ സബ്സിഡിയെപറ്റി തിരക്കിനോക്കാം'.

എന്ന് പറഞ്ഞ് പെട്ടെന്ന് ഞാനവിടെനിന്നും തടിയൂരി.
ഇടക്കിടെ ബസ്സിലും ട്രെയ്നിലും യാത്ര ചെയ്യുമ്പോൾ നമ്മളിൽ
പലരും യാത്രക്കിടയിൽ വേണ്ടതും വേണ്ടാത്തതുമായ
വീട്ടുകാര്യങ്ങളും നാട്ടുകാര്യങ്ങളും വള്ളിപുള്ളി വിടാതെ
അപരിചിതരോട് പറഞ്ഞാൽ പറ്റുന്ന അബദ്ധങ്ങളും
കഷ്ടനഷ്ടങ്ങളും നമുക്ക് പാഠമാകേണ്ടതാണ്.

www.ingramcontent.com/pod-product-compliance
Lightning Source LLC
Chambersburg PA
CBHW040827120726
48005CB00012B/1525